Bột báng nhà bếp thú vị

Khám phá công dụng đa dạng của bột báng với 100 công thức ngon dễ làm cho mọi dịp

Diệu Mỹ

MỤC LỤC

GIỚI THIỆU

Chào mừng bạn đến với Bột báng nhà bếp thú vị, một cuộc hành trình ngon miệng qua thế giới của các món ăn làm từ bột báng. Trong cuốn sách dạy nấu ăn này, bạn sẽ khám phá ra 100 công thức nấu ăn lạ miệng thể hiện tính linh hoạt của nguyên liệu được yêu thích này. Từ Polenta kem đến couscous thịnh soạn, Bột báng là một thành phần chính trong nhiều món ăn trên khắp thế giới. Cho dù bạn là người hâm mộ các món mì Ý hay món tagine của Ma-rốc, bạn chắc chắn sẽ tìm thấy một công thức làm thỏa mãn cơn thèm của mình.

Mỗi công thức trong cuốn sách dạy nấu ăn này đều có kèm theo một bức ảnh đầy màu sắc để bạn có thể biết chính xác món ăn của mình sẽ trông như thế nào. Bạn cũng sẽ tìm thấy các mẹo và thủ thuật hữu ích để nấu ăn với Bột báng, cũng như các gợi ý để kết hợp từng món ăn với loại rượu vang hoàn hảo.

Vậy tại sao phải chờ đợi? Lấy một túi Bột báng và bắt đầu nấu ăn!

CÔNG THỨC CƠ BẢN

1. bột báng cơ bản

THÀNH PHẦN

- 2 1/2 cốc bột mì đa dụng, cộng thêm bột mì
- 1 3/4 chén bột báng
- 1 1/4 cốc nước

HƯỚNG DẪN

a) Cho bột mì, Bột báng và nước vào tô của máy trộn đứng có gắn cánh khuấy và trộn ở tốc độ thấp cho đến khi bột quyện lại với nhau.

b) Tắt máy trộn, tháo phụ kiện cánh khuấy và thay bằng móc nhào bột. Cạo xuống các cạnh của bát và đánh bột bằng móc đánh bột ở tốc độ trung bình cho đến khi nó tạo thành một quả bóng, khoảng 5 phút. Bụi một bề mặt làm việc bằng phẳng với bột mì.

c) Lật bột ra một bề mặt đã được rắc bột và nhào nhẹ nhàng trong 20 đến 25 phút, cho đến khi khối bột bắt đầu đàn hồi và bề mặt bột mịn và mượt.

d) Bọc bột trong màng bọc thực phẩm và cho vào tủ lạnh để nghỉ ít nhất 45 phút và qua đêm trước khi dàn mỏng.

2. mì ống Bột báng cơ bản

Thực hiện: 1 Khẩu phần

THÀNH PHẦN:

- 1 chén bột báng Duram
- 1 quả trứng
- 1 muỗng canh Dầu thực vật
- 1 muỗng canh Nước

HƯỚNG DẪN

a) Chế biến trong máy chế biến thực phẩm hoặc nhào bằng tay.

BỮA SÁNG

3. Bánh quế vàng với trái cây nhiệt đới

Làm: Làm 4 cái bánh quế

THÀNH PHẦN

NGÀY BƠ

- 1 thanh bơ không ướp muối, nhiệt độ phòng
- 1 chén chà là xắt nhỏ

BÁNH QUẾ

- 1 1/2 chén bột mì đa dụng
- 1 chén bột Bột báng xay thô
- 1/4 chén đường cát
- 2 1/2 muỗng cà phê bột nở
- 1/2 muỗng cà phê baking soda
- 3/4 muỗng cà phê muối thô
- 1 3/4 cốc sữa nguyên chất, nhiệt độ phòng
- 1/3 chén kem chua, nhiệt độ phòng
- 1 thanh bơ không ướp muối, tan chảy
- 2 quả trứng lớn, nhiệt độ phòng
- 1 muỗng cà phê chiết xuất vani nguyên chất
- Bình xịt nấu ăn dầu thực vật
- Quả Kiwi cắt lát và trái cây có múi, quả hồ trăn xắt nhỏ và xi-rô cây phong nguyên chất để phục vụ

HƯỚNG DẪN

a) Bơ chà là: Cho bơ và chà là vào máy xay thực phẩm, cạo các mặt xuống vài lần cho đến khi mịn và kết hợp. Có thể làm bơ chà là trước một tuần và bảo quản trong tủ lạnh; Mang đến nhiệt độ phòng trước khi sử dụng.

b) Bánh quế: Đánh đều bột mì, đường, bột nở, muối nở và muối trong một bát lớn. Trong một bát riêng, trộn sữa, kem chua, bơ, trứng và vani. Đánh hỗn hợp sữa vào hỗn hợp bột chỉ để kết hợp.

c) Làm nóng trước một chiếc bánh quế sắt. Phủ một lớp sơn xịt nấu ăn mỏng. Đổ 1 1/4 chén bột cho mỗi chiếc bánh quế vào giữa bàn ủi, để nó lan ra gần như các cạnh. Đóng nắp và nấu cho đến khi vàng nâu và giòn, 6 đến 7 phút. Lấy ra khỏi bàn là và nhanh chóng đảo bằng tay nhiều lần để thoát hơi nước và giúp giữ được độ giòn, sau đó chuyển sang giá dây đặt trên khay nướng có viền; giữ ấm trong lò nướng 225 độ cho đến khi sẵn sàng phục vụ. Lặp lại lớp phủ sắt với nhiều bình xịt nấu ăn hơn giữa các mẻ. Phục vụ với bơ chà là, trái cây, quả hồ trăn và xi-rô.

4. Bột báng Focaccia

THÀNH PHẦN:

- 16 ounce bột mì đa dụng
- 4 ounce Bột báng (bột mì cứng)
- 1 gói men khô
- 2 muỗng cà phê đường
- 2 thìa cà phê muối
- 2 cốc nước ấm (105–110°F)
- 1/2 chén dầu ôliu nguyên chất

TOPPING

- Một hộp cà chua 14 ounce
- 2–3 thìa cà phê oregano khô
- 2 muỗng canh nụ bạch hoa
- 1/2 ô liu xanh hoặc đen (tùy chọn, nhưng rất khuyến khích)

HƯỚNG DẪN:

a) Làm nóng lò ở 400°F

b) Trong một bát lớn, kết hợp bột mì, men, đường và muối, trộn đều. Từ từ thêm nước và bắt đầu trộn bằng tay của bạn, phá vỡ bất kỳ cục u nào. Khi bột mịn (gần như chảy nước), phủ khăn tắm (và chăn ấm nếu phòng mát) và để bột nở trong 1-1/2 giờ ở nơi ấm áp. Bột sẽ tăng gấp đôi kích thước và có bong bóng khi kết thúc quá trình nở. Nếu bạn muốn focaccia đặc hơn, hãy để bột nở thêm 1/2 giờ.

c) Chuẩn bị ba đĩa nướng 9 inch hoặc một tấm bánh quy 17 × 13 inch. Phết dầu ô liu vào đáy và các thành của (các) chảo, không để lại vết khô.

d) Thìa bột focaccia vào chảo và trải đều. Trải cà chua đóng hộp lên bề mặt bột, rắc oregano và nụ bạch hoa (và ô liu, nếu muốn). Rắc muối biển và rưới một ít dầu ô liu.

e) Nướng trong lò làm nóng trước trong 45 phút.

f) Làm cho: 12–16.

5. Máy đau de mie

Thực hiện: 12 phần ăn

THÀNH PHẦN:

- 2 chén bột mì
- 1½ muỗng cà phê men; nhiều hơn hoặc ít hơn
- ½ chén bột báng
- 1½ muỗng canh Đường
- 1 muỗng cà phê muối
- ⅓ cốc Soli sữa bột không béo ăn liền
- 1 muỗng canh bơ không ướp muối
- 1 cốc trừ 2 muỗng canh nước

HƯỚNG DẪN:

a) Cho tất cả các nguyên liệu vào chảo bánh mì và chế biến ở chế độ nướng bánh mì tiêu chuẩn.

b) Lấy bánh mì ra khỏi chảo và để nguội trên giá.

c) Bọc trong một túi nhựa hoặc giấy bạc để lưu trữ.

6. Bữa sáng bột báng cà ri

Làm cho:4

THÀNH PHẦN:

- 1 chén Bột báng rang, dày
- 2 muỗng canh Ghee hoặc dầu
- 1 quả ớt xanh xắt nhỏ
- 1 chén Hành tây xắt nhỏ
- ½ muỗng canh Gừng
- 2 củ cà rốt nạo
- ½ chén Đậu xanh
- 1 muỗng cà phê muối
- 1 muỗng cà phê Đường
- ¼ chén hạt điều rang
- 3 chén nước đun nóng trong lò vi sóng
- 1 muỗng canh nước cốt chanh để mưa phùn
- Rau mùi để trang trí

để ủ

- 8 lá cà ri
- 1 muỗng cà phê Hạt mù tạt
- 1 muỗng cà phê Đậu lăng đen
- 1 muỗng cà phê đậu xanh

HƯỚNG DẪN:

a) Làm nóng trước nồi liền Sử dụng cài đặt SAUTE.

b) Kết hợp dầu và tất cả các THÀNH PHẦN ủ trong một bát trộn.

c) Thêm ớt xanh, hành tây và gừng sau khi hạt mù tạt đã nở.

d) Xào trong 2 phút, khuấy liên tục.

e) Trong một bát trộn lớn, kết hợp cà rốt, đậu Hà Lan, muối, đường và hạt điều. Khuấy kỹ mọi thứ lại với nhau.

f) Quăng Bột báng nướng và một ít nước.

g) Khuấy mọi thứ lại với nhau và cạo bất kỳ asafoetida nào dính dưới đáy.

h) Bịt kín nắp với lỗ thông hơi ở vị trí đóng.

i) Đặt hẹn giờ trong 2 phút ở chế độ MANUAL hoặc chế độ nấu áp suất.

j) Xả áp suất ngay khi nồi tức thời phát ra tiếng bíp.

k) Tháo miếng chèn bằng thép không gỉ của nồi.

l) Thêm nước cốt chanh và khuấy đều để kết hợp.

m) Thêm rau mùi như một trang trí.

7. Bột báng và Carom Pancakes

Làm cho: 4

THÀNH PHẦN

- 1 chén Bột báng thô hoặc kem lúa mì nguyên chất
- 1 cốc sữa chua nguyên chất
- Muối, để hương vị
- Nước ở nhiệt độ phòng, khi cần thiết
- 1/4 muỗng cà phê bột nở
- 1/4 muỗng cà phê hạt carom
- 1/4 củ hành tím nhỏ, bóc vỏ và thái nhỏ
- ớt chuông đỏ nhỏ, bỏ hạt và thái nhỏ
- 1/2 quả cà chua nhỏ, bỏ hạt và thái nhỏ
- muỗng canh dầu thực vật

HƯỚNG DẪN

a) Kết hợp bột báng, sữa chua và muối trong một bát trộn cỡ vừa; trộn đều. Thêm 1/4 đến 1/2 cốc nước để đạt được độ đặc của bột bánh pancake, đảm bảo rằng bạn không có bất kỳ cục nào trong bột. Thêm bột nở. Đặt sang một bên trong khoảng 20 phút.

b) Trong một bát riêng, tạo topping. Trộn hạt carom, hành tây, ớt chuông và cà chua. Làm nóng vỉ nướng ở mức trung bình thấp. Thêm một vài giọt dầu. Múc khoảng 1/4 cốc bột vào giữa vỉ nướng. Nó phải có độ dày của một chiếc bánh kếp thông thường. Khi bột bắt đầu nấu, bong bóng sẽ bắt đầu xuất hiện trên bề mặt.

c) Thêm một lượng nhỏ topping vào bánh khi nó vẫn còn ấm. Nhấn nhẹ xuống bằng mặt sau của muôi. Thêm một vài giọt dầu xung quanh các mặt của bánh kếp để giữ cho nó không bị dính.

d) Lật bánh lại và nướng mặt còn lại trong khoảng 2 phút. Lấy bánh ra khỏi bếp và đặt lên đĩa phục vụ. Phục vụ ấm áp.

8. Bánh mì nướng kiểu Pháp

Làm cho: 12

THÀNH PHẦN:

Phủ bên trên thức ăn

- ¼ chén bột báng
- ¼ chén đường
- 2½ muỗng canh bơ không ướp muối, cắt thành miếng ½-inch
- ½ muỗng cà phê bột quế
- ¼ chén hồ đào xắt nhỏ

bánh nướng nhỏ

- 1½ chén bột báng
- 1 chén đường
- 1½ muỗng cà phê bột nở
- 1 muỗng cà phê bột quế
- ½ thìa cà phê tiêu xay
- ¼ muỗng cà phê hạt nhục đậu khấu mới xay
- ½ muỗng cà phê muối
- ½ chén bơ hơi mềm
- ½ chén kem chua
- 2 quả trứng lớn
- ½ muỗng cà phê chiết xuất cây phong
- 4 lát thịt xông khói

HƯỚNG DẪN

a) Đầu tiên, topping phải được chuẩn bị. Trong một bát vừa, trộn đường, bột mì, quế, quả óc chó và bơ.

b) Sử dụng ngón tay của bạn, trộn bơ cho đến khi không còn miếng nào lớn hơn một hạt đậu nhỏ. Đậy nắp và làm lạnh cho đến khi chuẩn bị sử dụng.

c) Chuẩn bị bánh nướng nhỏ: Làm nóng bếp của bạn ở nhiệt độ 350°F. Xếp một hộp bánh quy 12 cốc bằng giấy lót. Trong một cái bát lớn, trộn đều bột mì, đường, bột chuẩn bị, quế, hạt tiêu, nhục đậu khấu và muối. Đặt ở một nơi an toàn.

d) Trong một bát lớn sử dụng máy xay sinh tố điện, đánh bơ, kem, trứng và xi-rô cây thích với nhau ở tốc độ trung bình cho đến khi hỗn hợp được trộn đều.

e) Giảm tốc độ máy xay xuống thấp và thêm hỗn hợp bột. Đánh bại cho đến khi hợp nhất đơn giản. Đổ đầy 2/3 khuôn bánh quy vào từng giếng, nướng trong khoảng 20 đến 25 phút hoặc cho đến khi một cây tăm cắm vào tâm của bánh nướng nhỏ cho biết sự thật.

f) Trong khi nướng bánh nướng nhỏ, hãy nấu thịt xông khói theo cách bạn muốn. Chuyển sang khăn giấy để thấm dầu thừa và để nguội. Bánh nướng nhỏ phải được làm lạnh trong hộp khoảng 15 phút. Sau đó, di chuyển đến giá dây để nguội hoàn toàn.

g) Cắt thịt xông khói thành 12 miếng và ấn một miếng vào trên cùng của mỗi chiếc bánh nướng xốp.

h) Bảo quản bánh muffin trong tủ đá, đậy kín, có thể để được đến 3 tháng, chỉ bỏ phần thịt xông khói. Hâm nóng lại trong lò nướng bánh mì để thêm ngon miệng.

9. Bánh quế việt quất ngon

Làm: 4 bánh quế

THÀNH PHẦN:

- 2 quả trứng
- 2 chén bột báng
- 1¾ cốc sữa
- ½ chén dầu
- 1 muỗng canh đường
- 4 muỗng cà phê bột nở
- ¼ muỗng cà phê muối
- ½ muỗng cà phê chiết xuất vani
- 1½ chén quả việt quất

HƯỚNG DẪN:

a) Trong một tô lớn, đánh trứng bằng máy trộn điện ở tốc độ trung bình cho đến khi bông xốp.

b) Thêm các thành phần còn lại trừ quả mọng; chỉ đánh cho đến khi mịn.

c) Xịt một chiếc bánh quế bằng bình xịt rau chống dính. Đổ bột bằng ½ cốc đầy lên khuôn làm bánh quế đã được làm nóng trước. Rắc số lượng quả mọng mong muốn lên bột.

d) Nướng theo hướng dẫn của nhà sản xuất, cho đến khi vàng.

e) Bánh mì nướng táo Pháp qua đêm

10. Bánh pancake chuối việt quất

Làm cho: 4 phần ăn

THÀNH PHẦN:

- 1 quả chuối chín, nghiền
- 2 ly sữa đậu nành
- 2 muỗng canh bơ thực vật thuần chay, tan chảy
- 1 muỗng cà phê chiết xuất vani nguyên chất
- 11⁄2 cốc bột báng
- 1⁄2 chén yến mạch nấu nhanh
- 2 muỗng canh đường
- 0,5 muỗng cà phê bột nở
- 1 muỗng cà phê bột quế
- 1⁄2 muỗng cà phê hạt tiêu xay
- 1⁄2 muỗng cà phê hạt nhục đậu khấu
- 1⁄2 muỗng cà phê muối
- 1 chén quả việt quất tươi
- Dầu hạt cải hoặc dầu hạt nho, để chiên

HƯỚNG DẪN:

a) Trong một bát lớn, kết hợp chuối, sữa đậu nành, bơ thực vật tan chảy và vani, trộn đều. Để qua một bên.

b) Trong một bát lớn riêng biệt, kết hợp bột mì, yến mạch, đường, bột nở, quế, hạt tiêu, nhục đậu khấu và muối. Thêm THÀNH PHẦN ướt vào THÀNH PHẦN khô và trộn với một vài nét nhanh. Cho quả việt quất vào. Làm nóng lò ở nhiệt độ 225°F.

c) Trên vỉ nướng hoặc chảo lớn, đun nóng một lớp dầu mỏng trên lửa vừa và cao. Múc 1⁄4 cốc đến 1⁄3 cốc đầy bột lên vỉ nướng nóng. Nấu cho đến khi bong bóng nhỏ xuất hiện trên đỉnh, khoảng 3 phút.

d) Lật bánh kếp và nấu cho đến khi mặt thứ hai có màu nâu, khoảng 2 đến 3 phút.

e) Chuyển bánh kếp đã nấu chín sang đĩa cách nhiệt và giữ ấm trong lò trong khi nấu phần còn lại.

11. Bánh quế việt quất chanh

Làm cho: 4 phần ăn

THÀNH PHẦN:

- 11⁄2 cốc bột báng
- 1⁄2 chén yến mạch kiểu cũ
- 1⁄4 chén đường
- muỗng cà phê bột nở
- 1⁄2 muỗng cà phê muối
- 1 muỗng cà phê bột quế
- 2 ly sữa đậu nành
- 1 muỗng canh nước cốt chanh tươi
- 1 muỗng cà phê vỏ chanh
- 1⁄4 cốc bơ thực vật thuần chay, tan chảy
- 1⁄2 chén quả việt quất tươi

HƯỚNG DẪN:

a) Tra dầu nhẹ vào bàn ủi và làm nóng trước. Làm nóng lò ở nhiệt độ 225°F.

b) Trong một bát lớn, kết hợp bột mì, yến mạch, đường, bột nở, muối và quế. Để qua một bên.

c) Trong một bát lớn riêng biệt, trộn sữa đậu nành, nước cốt chanh, vỏ chanh và bơ thực vật. Thêm THÀNH PHẦN ướt vào THÀNH PHẦN khô và trộn với một vài nét nhanh, trộn cho đến khi vừa kết hợp. Cho quả việt quất vào.

d) Múc 1⁄2 đến 1 chén bột (tùy thuộc vào hướng dẫn với bàn ủi bánh quế của bạn) lên bàn ủi bánh quế nóng. Nấu cho đến khi hoàn thành, 3 đến 5 phút đối với hầu hết các loại bánh quế. Chuyển bánh quế đã nấu chín sang đĩa cách nhiệt và giữ ấm trong lò trong khi nấu phần còn lại.

12. bánh nướng việt quất-chanh

Làm cho: 6

THÀNH PHẦN:

- 2 chén bột báng
- 1 muỗng canh bột nở
- 2 muỗng cà phê đường
- 1 muỗng cà phê muối kosher
- 2 ounce dầu dừa tinh luyện
- 1 chén quả việt quất tươi
- ¼ ounce vỏ chanh
- 8 ounce nước cốt dừa

HƯỚNG DẪN:

a) Trộn dầu dừa với muối, đường, bột nở và bột mì trong máy xay thực phẩm.
b) Chuyển hỗn hợp bột này vào một bát trộn.
c) Bây giờ thêm nước cốt dừa và vỏ chanh vào hỗn hợp bột, sau đó trộn đều.
d) Cho quả việt quất vào và trộn đều phần bột đã chuẩn bị cho đến khi mịn.
e) Vo bột việt quất này thành hình tròn 7 inch và cho vào chảo.
f) Làm lạnh bột việt quất trong 15 phút, sau đó cắt thành 6 miếng.
g) Lớp Sear Plate bằng một tờ giấy da.
h) Đặt các miếng việt quất vào Sear Plate đã lót sẵn.
i) Chuyển bánh nướng vào Air Fryer Oven và đóng cửa lại.
j) Chọn chế độ "Nướng" bằng cách xoay nút xoay.
k) Nhấn nút TIME/SLICS và thay đổi giá trị thành 25 phút.
l) Nhấn nút TEMP/SHADE và thay đổi giá trị thành 400 °F.
m) Nhấn Start/Stop để bắt đầu nấu.
n) Phục vụ tươi.

13. Bánh rán sữa đông Yuzu

Làm: 12 cái bánh rán

THÀNH PHẦN:

bánh rán:

- ½ cốc sữa
- ¼ chén nước ấm
- 2 ½ muỗng cà phê men khô hoạt tính
- 3 ½ chén + 2 Tbs Bột báng
- 1 ½ chén đường
- 1 ½ muỗng cà phê muối
- 3 quả trứng
- 8 muỗng canh bơ, làm mềm
- Dầu chiên

SỮA DƯỠNG YUZU:

- 6 lòng đỏ trứng
- 1 chén đường
- ½ cốc nước ép yuzu
- 1 thanh bơ, cắt thành khối

ĐƯỜNG YUZU:

- ½ chén đường
- nạo vỏ của 4 quả yuzu hoặc 2 quả chanh hoặc chanh

HƯỚNG DẪN:

bánh rán:

a) Trong bát của máy trộn, kết hợp men, sữa và nước ấm rồi để yên trong vài phút. Thêm bột mì, đường, muối và trứng vào và trộn ở tốc độ trung bình thấp bằng móc trộn bột cho đến khi bột quyện lại với nhau, khoảng 5 phút. Thêm bơ, một muỗng canh vào lúc đó và tiếp tục trộn thêm 5 phút nữa cho đến khi bột mịn và sáng bóng. Bọc bột và làm lạnh qua đêm.

b) Cán mỏng bột với độ dày khoảng ½ inch. Sử dụng máy cắt bánh quy tròn 3 inch để cắt 12 đến 14 vòng. Sắp xếp chúng trên khay nướng có rắc bột mì, bọc bằng màng bọc thực phẩm và để chúng ở nơi ấm áp trong 2 tiếng rưỡi - 3 giờ.

c) Đun nóng dầu đến 350'F. Chiên bánh rán trong dầu nóng khoảng 2 đến 3 phút cho mỗi bên. Chuyển bánh rán vào khay nướng có lót khăn giấy. Đợi 2 hoặc 3 phút để lăn trong đường yuzu. Mát mẻ.

d) Đào một cái lỗ bằng một chiếc đũa ở mặt bên của mỗi chiếc bánh rán và nhét một ít sữa đông yuzu vào bên trong. Ăn ngon hơn trong cùng một ngày.

SỮA DƯỠNG YUZU:

a) Thêm khoảng 1 chén nước vào một cái chảo vừa. Đun nhỏ lửa. Đánh lòng đỏ trứng và đường trong một bát kim loại cỡ trung bình, khoảng 1 phút. Thêm nước trái cây vào hỗn hợp trứng và đánh cho đến khi mịn. Đặt bát lên trên chảo. Đánh cho đến khi đặc lại, khoảng 8 phút hoặc cho đến khi hỗn hợp có màu vàng nhạt và phủ lên mặt sau của thìa. Tắt bếp và khuấy bơ từng chút một. Tắt bếp và đậy nắp bằng cách đặt một lớp bọc nhựa trực tiếp lên bề mặt sữa đông. Làm lạnh.

b) Đường Yuzu:

c) Xoa đường với vỏ cam quýt bằng đầu ngón tay cho đến khi có mùi thơm.

14. Bánh nướng Yuzu

THÀNH PHẦN:

BÁNH NƯỚNG

- 1 ⅓ chén bột báng
- ¼ chén đường mía hữu cơ
- ¼ muỗng cà phê muối
- ½ muỗng canh bột nở
- ¼ chén bơ lạnh
- 1 trứng lớn
- 1 muỗng cà phê nước ép yuzu
- ¼ đến ½ chén vani Pháp nửa rưỡi

KEM PHỦ LÊN BÁNH

- ½ chén đường bột
- 2½ muỗng canh nước ép yuzu
- ½ muỗng canh vani Pháp nửa rưỡi

HƯỚNG DẪN

a) Đánh đều bột mì, đường, muối và bột nở với nhau.

b) Thêm bơ lạnh vào THÀNH PHẦN đã đánh bông bằng máy cắt bánh ngọt.

c) Trong một bát khác, đánh nhẹ trứng. Đánh trong nước ép yuzu và một nửa.

d) Từ từ thêm chất lỏng vào THÀNH PHẦN khô. Đổ và khuấy chất lỏng trong đó cho đến khi tất cả các mảnh vụn đã được làm ẩm. Mục tiêu là để có một quả bóng bột kết dính.

e) Đặt giấy da lên trên một tấm bánh quy. Bụi bột và giấy với bột. Trượt bột lên tấm cookie đã chuẩn bị. Chia bột thành sáu gò.

f) Sơn từng gò đất bằng một nửa rưỡi và / hoặc yuzu. Rắc đường mía.

g) Đặt chảo trong tủ đá trong 30 phút. Nướng bánh nướng ở 425 độ trong 22 đến 23 phút. Để nguội trong 5 đến 10 phút trước khi tráng men yuzu. Để làm men: Đánh bông yuzu và một nửa rưỡi cùng với đường bột.

15. Bánh pancake bí ngô màu cam

Làm cho: 4 phần ăn

THÀNH PHẦN:

- 10 g bột lanh
- 45ml nước
- 235ml sữa đậu nành không đường
- 15ml nước Yuzu
- 60 g bột kiều mạch
- 60g bột báng
- 8 g bột nở, không chứa nhôm
- 2 muỗng cà phê vỏ cam bào mịn
- 25 g hạt chia trắng
- 120 g bí ngô xay nhuyễn hữu cơ
- 30 ml dầu dừa đun chảy và để nguội
- 5ml bột vani
- 30 ml xi-rô phong nguyên chất

HƯỚNG DẪN:

a) Kết hợp bột lanh xay với nước trong một cái bát nhỏ. Đặt sang một bên trong 10 phút. Kết hợp sữa hạnh nhân và giấm rượu táo trong một bát vừa. Đặt sang một bên trong 5 phút.

b) Trong một bát lớn riêng biệt, kết hợp bột kiều mạch, bột Bột báng, bột nở, vỏ cam và hạt chia.

c) Đổ sữa hạnh nhân, cùng với bí ngô nghiền nhuyễn, dầu dừa, vani và xi-rô cây thích.

d) Đánh cùng nhau cho đến khi bạn có một bột mịn.

e) Đun nóng chảo không dính lớn trên lửa vừa và cao. Chải nhẹ chảo với một ít dầu dừa.

f) Đổ 60ml bột vào chảo. Nấu bánh kếp trong 1 phút hoặc cho đến khi bong bóng xuất hiện trên bề mặt.

g) Nhấc bánh pancake nhẹ nhàng bằng thìa và lật.

h) Nấu thêm 1 phút rưỡi nữa. Trượt bánh kếp vào đĩa. Lặp lại với các pin còn lại.

16. Yuzu Crêpe

Thực hiện: 6 phần ăn

THÀNH PHẦN:

- 1 trứng lớn
- ½ cốc sữa
- ¼ chén bột báng
- 1 muỗng cà phê Đường
- 1 muỗng cà phê vỏ Yuzu nạo
- 1 nhúm muối
- Bơ hoặc dầu cho chảo

SỐT Yuzu:

- 2 chén nước
- 1 chén đường
- 2 quả Yuzus, thái mỏng như giấy, bỏ hạt

LÀM KEM:

- 1 cốc kem nặng, lạnh
- 2 muỗng cà phê Đường
- 1 muỗng cà phê chiết xuất vani

HƯỚNG DẪN:

BÁNH CRÊPE:

a) Đánh nhẹ trứng và sữa với nhau trong một bát trộn vừa.
b) Thêm bột mì, đường, vỏ Yuzu và muối và đánh cho đến khi mịn.
c) Làm lạnh trong ít nhất 2 giờ hoặc qua đêm.

SỐT Yuzu:

a) Đun nước và đường trong nồi vừa nặng cho đến khi đường tan.
b) Thêm lát Yuzu và đun nhỏ lửa trong 30 phút. Làm mát đến nhiệt độ phòng.

LÀM CRÊPES:

a) Tráng chảo Crêpe trên chảo chống dính 6 inch với một lớp bơ hoặc dầu mỏng.
b) Đun nóng chảo trên lửa vừa cao.
c) Đổ 2 muỗng canh bột bánh Crêpe vào và nhanh chóng nghiêng chảo để dàn đều bột.
d) Nấu cho đến khi đáy có màu vàng và cạnh tách ra khỏi thành chảo, khoảng 3 phút.

e) Lật bánh Crêpe và nướng mặt thứ hai trong khoảng 1 phút.

f) Để nguội trên đĩa và lặp lại với phần bột còn lại để làm tất cả 8 chiếc bánh Crêpes.

g) Ngay trước khi phục vụ, làm phần nhân kem: đánh kem, đường và vani trong tô trộn cho đến khi tạo thành các đỉnh cứng.

h) Đặt 2 chiếc bánh Crêpes, mặt vàng hướng xuống dưới, trên mỗi đĩa tráng miệng.

i) Múc nhân kem vào từng chiếc bánh Crêpe và cuộn lại, gấp mép lại và úp mặt đường may xuống đĩa.

j) Đổ ¼ chén nước sốt Yuzu lên mỗi khẩu phần và phục vụ cùng một lúc.

17. Crêpes thịt heo BBQ

Làm cho: 8 phần ăn

THÀNH PHẦN:

- ¼ chén bột ngô
- ¼ chén bột báng
- 2 muỗng cà phê Đường
- ¼ muỗng cà phê muối Kosher
- 1 quả trứng
- ¾ cốc Sữa
- 2 muỗng canh bơ không ướp muối, tan chảy
- 2 muỗng canh Hẹ băm nhỏ
- 2 chén nước sốt thịt nướng
- 4 chén thịt lợn nấu chín băm nhỏ
- ½ chén hành trắng băm nhỏ
- 2 muỗng canh nước cốt chanh, nhiều hơn để hương vị
- 1 quả cà chua vừa
- 2 quả bơ chín vừa
- 1 ớt Serrano, băm nhỏ
- 2 muỗng canh Rau mùi xắt nhỏ
- muối Kosher để hương vị
- ¾ chén tương ớt
- ⅓ cốc Mật đường
- 3 muỗng canh nước tương
- 1 muỗng canh mù tạt Dijon
- 1 tép tỏi, đập dập
- 3 muỗng canh nước ép Yuzu
- ⅓ chén nước dùng gà
- ¼ chén nước
- 1 muỗng cà phê sốt Tabasco
- 1 muỗng cà phê muối Kosher
- 2 muỗng cà phê nước sốt Worrouershire
- ¼ muỗng cà phê ớt mảnh
- ½ quả ớt Anaheim, bỏ hạt và cắt thành miếng 1 inch
- ½ quả ớt Chipotle sốt adobo

HƯỚNG DẪN:

a) Trong một bát trộn vừa, rây các THÀNH PHẦN khô lại với nhau. Trong một bát riêng kết hợp trứng, sữa và bơ tan chảy.

b) Tạo một giếng trong THÀNH PHẦN khô và đánh dần trong hỗn hợp trứng.

c) Cho hẹ vào đảo đều.

d) Để bột nghỉ 30 phút trước khi sử dụng.

e) Đun nóng chảo Crêpe đã tẩm gia vị kỹ trên lửa vừa cho đến khi gần bốc khói.

f) Bơ nhẹ và đổ vào khoảng 2 thìa bột, vừa đủ để làm một chiếc bánh Crêpe mỏng 5 inch, nghiêng chảo để bột dàn đều.

g) Nướng cho đến khi vàng nâu, chỉ nấu ở một bên.

h) Lấy bánh Crêpe ra khỏi chảo và tiếp tục với phần bột còn lại, xếp bánh Crêpe còn nóng ra đĩa.

i) Đun nóng nước sốt thịt nướng trong một cái chảo vừa và thêm thịt lợn băm nhỏ.

j) Khuấy đều thịt lợn với nước sốt. Đun nhỏ lửa trong vài phút để đảm bảo thịt được làm nóng đều. Gấp hoặc cuộn bánh Crêpes xung quanh phần nhân.

k) Rưới nước sốt thịt nướng còn lại lên trên và phục vụ salsa bơ ở bên cạnh.

BƠ TRỘN

a) Trong một bát vừa, trộn hành trắng băm nhỏ và 2 thìa nước cốt chanh.

b) Đặt sang một bên trong khi chuẩn bị cà chua và bơ.

c) Lõi và cắt cà chua thành xúc xắc ¼ inch. Cắt đôi quả bơ, loại bỏ hạt và nạo lấy thịt.

d) Cắt thịt thành xúc xắc ½ inch. thêm cà chua, bơ, ớt băm và rau mùi vào hỗn hợp hành tây.

e) Nêm nếm gia vị và thêm muối, nước cốt chanh hoặc ớt băm nếu cần. Đậy chặt bằng màng bọc thực phẩm và để salsa đứng trong khoảng ½ giờ trước khi ăn.

NƯỚC XỐT THỊT QUAY

a) Kết hợp tất cả các thành phần trong một cái chảo có đáy nặng và đun sôi ở nhiệt độ cao.

b) Giảm nhiệt xuống thấp và đun nhỏ lửa trong 15 đến 20 phút.

c) Tắt bếp và lọc qua rây mịn.

d) Làm lạnh nếu không sử dụng ngay lập tức. Nước sốt sẽ giữ trong tủ lạnh tối đa 4 ngày.

18. Bánh mì nhân mè đen

Thực hiện: 1 Khẩu phần

THÀNH PHẦN:

- 1 muỗng cà phê Men khô hoạt tính
- 1⅞ cốc Nước -- 105-115 độ
- 1¼ chén bánh mì cơ bản
- 3½ chén bột mì Durum
- ⅓ chén bột mì cứng - để nhào
- ⅓ chén bột ngô vàng
- ¼ chén hạt vừng đen
- 4 muỗng cà phê muối Kosher
- Bột ngô - để rắc

HƯỚNG DẪN

a) Hạt vừng đen có thể được bán tại các cửa hàng thực phẩm tốt cho sức khỏe hoặc chợ Nhật Bản.
b) Trong một cái bát, hòa tan men trong nước. Cho phép chứng minh trong ba phút.
c) Khuấy miếng bọt biển vào nước, dùng tay hoặc thìa bẻ miếng bọt biển ra.
d) Thêm 3½ cốc bột mì cứng, bột ngô, 2 thìa hạt vừng và muối rồi trộn, nạo và gấp cho đến khi bột kết lại thành một khối duy nhất.
e) Lật bột ra một bề mặt có rắc nhẹ bột mì và nhào bột cho đến khi mịn và đàn hồi, thêm dần ⅓ cốc bột cứng nếu cần (nhưng càng ít càng tốt).
f) Định hình thành một quả bóng và đặt bột vào một cái bát có thoa dầu nhẹ, bọc bằng màng bọc thực phẩm và để trong tủ lạnh qua đêm.
g) Sau khi lấy bột ra khỏi tủ lạnh, để yên trong hai giờ ở nơi không có gió lùa. Rắc một tấm nướng, không có mặt, hào phóng với bột ngô.
h) Bột một bề mặt làm việc. Chia đôi bột và làm phẳng từng nửa một cách nhẹ nhàng thành hình chữ nhật 10x12 inch. Cuộn chặt từng hình chữ nhật dọc theo cạnh 10 inch, tạo thành hai hình trụ 12 inch. Cuộn từ trung tâm về phía mép để tạo ra những sợi dây

dài 20 inch. Cuộn dây từ một đầu, kéo nút trung tâm lên. Đặt các cuộn dây trên tấm nướng.

i) Xịt nhẹ các ổ bánh mì bằng bình xịt thực vật. Múc một thìa hạt dọc theo mỗi cuộn dây. Dùng màng bọc thực phẩm bọc lại và để nhân đôi ở nơi không có gió lùa. Quá trình này sẽ mất từ 1 đến 2 giờ.

j) Làm nóng lò nướng trước ít nhất 30 phút cùng với một viên đá nướng hoặc gạch trên giá giữa ở nhiệt độ 425. Đặt một khay nướng có các mặt đẹp ở giá dưới cùng. Đun sôi hai cốc nước. Đổ nước sôi vào chảo nướng. Với một cú giật nhanh, trượt các ổ bánh mì ra khỏi tấm và lên đá.

k) Nướng trong 25 phút cho đến khi các ổ bánh có âm thanh rỗng khi gõ vào đáy. Khi hoàn thành, làm mát trên giá đỡ.

19. Bánh bột báng chanh dâu tây

Làm cho: 6 phần ăn

THÀNH PHẦN:

BÁNH NGỌT

- ⅝ cốc Bơ -; (5 oz)
- 7 lạng Đường -; (cốc 15/16)
- 2 quả trứng lớn
- 1 muỗng cà phê chiết xuất vani
- 1 quả chanh; nhiệt tình
- 1 chén Bột làm bánh; sàng lọc
- ⅓ chén Bột báng mịn
- ⅓ chén bột ngô mịn
- ¼ muỗng cà phê muối
- 2 thìa cà phê Baking soda
- ½ chén kem chua

KEM CHANH

- 1 cốc nước cốt chanh
- ½ chén nước
- 1 chén đường

DÂU TÂY VÀ KEM

- 2 panh Dâu tây; rửa sạch, thái miếng 1/4\"
- ¼ cốc nước bạc hà; cộng với 8 nhánh nhỏ
- Hoặc lá để trang trí
- ¼ cốc men chanh; từ phía trên
- ½ chén Kem nặng; quất cứng đỉnh

HƯỚNG DẪN

a) Sử dụng máy trộn có cánh khuấy, trộn bơ, đường và trứng cho đến khi mịn. Thêm vani và niềm say mê và kết hợp.

b) Trộn đều các loại bột mì, muối và muối nở rồi từ từ trộn đều bằng phới lồng xen kẽ với kem chua. Trộn cho đến khi mịn, nhưng không trộn quá nhiều.

c) Xịt 8 (4 ounce) ramekins và đổ bột vào nửa chừng.

d) Nướng trong lò nướng 350 độ trong 15 phút cho đến khi que thử sạch. Lấy bánh ra khỏi khuôn và tráng men khi còn ấm.

e) Đối với Men chanh: Kết hợp tất cả và đun sôi cho đến khi hòa tan hoàn toàn. Tắt lửa và tráng từng chiếc bánh bằng 2 muỗng canh.

f) Đối với dâu tây và kem: Trong một cái bát, trộn các loại quả mọng, bạc hà và men.

g) Đối với mạ: Cắt bánh làm đôi. Đặt đáy lên đĩa và phủ quả mọng sau đó đánh bông kem. Phủ bánh lên trên và trang trí bằng nhánh bạc hà.

20. bánh mì bột báng vàng

Thực hiện: 1 Khẩu phần

THÀNH PHẦN:

- 2⅓ chén bột báng
- ½ chén bột ngô vàng
- 2 muỗng canh Đường
- 2 muỗng cà phê Men ăn liền thông thường
- 1½ muỗng cà phê muối
- ¼ chén sữa bột khô không béo
- 4 muỗng canh Bơ hoặc bơ thực vật
- ¾ cốc + 2 T nước
- 1 quả trứng
- Hạt mè; cho lớp vỏ

HƯỚNG DẪN

a) Trong một bát trộn lớn, hoặc trong bát của máy trộn điện, kết hợp tất cả các thành phần trừ hạt vừng, trộn để tạo thành một khối bột xù xì.

b) Nhào bột bằng tay hoặc bằng máy, trong 10 phút.

c) Để bột nghỉ trong 10 phút, sau đó nhào thêm 10 phút nữa cho đến khi bột mịn và dẻo. Đặt bột vào một bát mỡ nhẹ và để yên trong 1 giờ. Nó sẽ trở nên khá sưng húp, mặc dù nó có thể không tăng gấp đôi với số lượng lớn. (Bạn cũng có thể sử dụng máy làm bánh mì của mình, được đặt ở chu trình Dough, để chuẩn bị bột cho đến thời điểm này.) Chuyển bột lên một bề mặt làm việc đã bôi mỡ nhẹ và tạo hình thành khúc gỗ. Mỡ chảo bánh mì 8-½ x 4-½'inch và rắc nhiều hạt mè lên trên. Đặt ổ bánh mì vào chảo, quét lên một chút lòng trắng trứng đã đánh bông và rắc thêm hạt mè lên trên. Đậy chảo bằng màng bọc thực phẩm đã được bôi mỡ nhẹ. Để ổ bánh mì nở trong 45 phút đến 1 giờ hoặc cho đến khi nó cao hơn mép chảo bánh mì khoảng 1 inch.

d) Nướng bánh mì trong lò 350F đã làm nóng trước trong khoảng 40 phút hoặc cho đến khi nhiệt độ bên trong ghi 190F trên nhiệt kế đọc tức thì.

món khai vị

21. Bột báng Dhokla

Làm cho: 2

THÀNH PHẦN:

- 1 chén Bột báng mịn
- ¾ cốc sữa chua
- ¾ chén nước
- 1 muỗng canh nước cốt chanh
- 1 muỗng cà phê muối
- 1 muỗng cà phê Gừng nạo
- 1 muỗng cà phê ớt xanh băm nhỏ, tùy chọn
- 1 muỗng canh dầu
- 1 muỗng cà phê muối trái cây
- 2 chén nước để hấp

ĐỂ NHIỆT ĐỘ

- 1 muỗng canh dầu
- 1 muỗng cà phê Hạt mù tạt
- 6 Lá cà ri
- 2 Ớt xanh thái lát mỏng, tùy chọn
- 1 muỗng cà phê hạt mè
- Ngò

HƯỚNG DẪN:

CHUẨN BỊ BÁNH DHOKLA

a) Trong một bát trộn lớn, kết hợp tất cả các thành phần - bột báng, sữa chua, nước, gừng, ớt, muối, nước cốt chanh và dầu - ngoại trừ muối trái cây.

b) Khuấy đều để trộn, sau đó đặt sang một bên trong 15 phút.

c) Đun sôi 2 cốc nước trong nồi áp suất ở chế độ xào trong khi bột nghỉ.

d) Sau 15 phút, trộn bột nhẹ nhàng theo một hướng với muối trái cây.

e) Nhanh chóng chuyển bột vào hộp thép đã bôi mỡ và đặt lên giá ba chân.

f) Chèn trivet và chảo vào nồi liền. Đặt chế độ Steam ở chế độ thông hơi trong 15 phút.

g) Để yên Dhokla trong 5 phút sau khi thời gian nấu kết thúc.

h) Dùng kẹp, mở nắp nồi liền và lấy Dhokla ra.

i) Cắt xung quanh các cạnh của Dhokla bằng dao. Lật ngược thùng chứa Dhokla bằng cách đặt một chiếc đĩa lên trên nó.

CHUẨN BỊ NHIỆT ĐỘ

a) Đun nóng dầu trong chảo ở nhiệt độ cao trong khi Dhokla đang hấp trong nồi liền.

b) Sau đó, cho hạt mù tạt vào và để chúng kêu xèo xèo. Thêm lá cà ri và cắt ớt xanh vào thời điểm này.

c) Nấu khoảng 30 giây cho mỗi bên. Tắt lửa và thêm hạt vừng.

d) Dhokla nên được cắt thành miếng nhỏ. Quăng Dhokla với sự ủ.

e) Ăn kèm với tương ớt bạc hà xanh và ngò cắt nhỏ.

22. Bánh nướng xốp sô cô la Kirsch

Làm cho: 6-8

THÀNH PHẦN:

- 1/2 thìa cà phê. muối nở
- 1/2 chén bơ
- ½ cốc sô cô la đen cắt thô
- 3/4 chén đường nâu
- 1/4 chén bột ca cao không đường
- 3/4 cốc sữa
- 1 1/4 chén bột báng
- 2 quả trứng
- 15 ounce anh đào sẫm màu trong xi-rô
- 1 muỗng ca cao
- Thêm 1 muỗng cà phê. đường tinh

HƯỚNG DẪN

a) Đặt lò nướng ở nhiệt độ 350°F. Chuẩn bị khay muffin 12 lỗ có lót. Đánh bông bơ và đường với nhau, thêm từng quả trứng một.

b) Lấy baking soda, ca cao và Bột báng và rây cùng với hỗn hợp bơ từ trước.

c) Kết thúc bằng cách kết hợp với sữa, sô cô la và cùng với hỗn hợp bơ từ trước.

d) Kết thúc bằng cách kết hợp với sữa, sô cô la và 25 phút. Một dấu hiệu cho thấy bánh nướng nhỏ đã chín là thử tăm sạch.

e) Sau khi nó được nấu chín, hãy tắt bếp và để nguội trong khi làm kem. Frost và thưởng thức nó!

23. bánh nướng xốp cà rốt

Làm cho: 10-12

THÀNH PHẦN:

- 1¾ chén bột báng
- 1 muỗng cà phê muối
- 1 thìa cà phê quế
- 1 muỗng cà phê gừng xay
- ½ muỗng cà phê hạt nhục đậu khấu
- ¼ muỗng cà phê muối nở
- ⅛ muỗng cà phê bột nở
- 1 cốc xi-rô phong
- ½ chén dầu dừa đặc tan chảy
- ½ cốc sữa
- 1 muỗng canh nước cốt chanh tươi
- 1 muỗng cà phê chiết xuất vani
- 2 chén cà rốt nghiền
- ½ chén dứa nghiền, để ráo nước
- ½ cốc mỗi loại nho khô, dừa và hồ đào

HƯỚNG DẪN

a) Làm nóng lò ở 350 ° F. Lót hai hộp bánh muffin 12 cốc bằng giấy muffin hoặc mỡ và Bột báng.
b) Trong một bát lớn, kết hợp Bột Bột báng, muối, quế, gừng, nhục đậu khấu, baking soda và bột nở.
c) Trong một bát riêng, kết hợp xi-rô cây phong, dầu dừa, sữa, nước cốt chanh và vani.
d) Kết hợp cả THÀNH PHẦN ướt và khô sau đó gấp nhẹ nhàng cho đến khi vừa kết hợp
e) Cho cà rốt, dứa, nho khô, dừa và hồ đào vào.
f) Đổ đầy hai phần ba hộp bánh muffin đã chuẩn bị. Để bánh nướng trong khoảng 25 phút.
g) Để chúng nguội một chút trước khi phục vụ.

24. bánh cupcake nho khô rượu rum

THÀNH PHẦN:

rượu nho khô

- ¼ cốc rượu rum đen
- ½ chén nho khô vàng

bánh nướng nhỏ

- 1 chén bột báng
- 1¼ muỗng cà phê bột nở
- ¼ muỗng cà phê bột quế
- ⅛ muỗng cà phê hạt tiêu xay
- ⅛ muỗng cà phê hạt nhục đậu khấu mới xay
- ½ chén bơ, hơi mềm
- 2 muỗng canh bơ không ướp muối, hơi mềm
- ¾ chén đường nâu nhạt
- 3 quả trứng lớn
- 1 muỗng canh chiết xuất vani nguyên chất
- ¼ muỗng cà phê chiết xuất rượu rum nguyên chất

Kem phủ kem ngọt ngào

- ¼ chén bơ không ướp muối
- ½ cốc kem nặng
- 2 chén đường bột, rây
- ⅛ muỗng cà phê muối

HƯỚNG DẪN

a) Chuẩn bị rượu rum nho khô: Trong một cái chảo nhỏ, làm nóng rượu rum trên lửa nhỏ.

b) Trộn nho khô và đặt chúng ra khỏi nhiệt.

c) Cho hỗn hợp vào tô, sau đó dùng màng bọc thực phẩm bọc lại và để ở nhiệt độ phòng ít nhất 6 tiếng hoặc qua đêm.

d) Chuẩn bị bánh nướng nhỏ: Đưa nhiệt độ lò nướng của bạn lên 180 độ C

e) Lót giấy lót vào khuôn muffin. Trong một bát vừa, khuấy đều Bột Bột báng, bột nở, quế, hạt tiêu và nhục đậu khấu.

f) Để qua một bên. Trong một tô lớn bằng máy trộn điện, đánh bơ, bơ thường và đường nâu với nhau ở tốc độ trung bình đến cao cho đến khi bạn thấy nó trở nên nhẹ và giống như đám mây, dần dần thêm trứng, đánh đều sau mỗi lần thêm.

g) Đánh trong chiết xuất vani và rượu rum. Giảm máy trộn tốc độ xuống thấp, thêm hỗn hợp Bột báng Flour và trộn cho đến khi vừa kết hợp.

h) Cho rượu rum nho khô và bất kỳ chất lỏng nào còn lại vào. Múc bột bánh cupcake vào khuôn.

i) Nướng bánh trong khoảng 20 đến 25 phút hoặc cho đến khi có màu vàng nâu và tăm cắm vào giữa bánh nướng nhỏ sẽ sạch.

j) Để nguội trong hộp thiếc trong 5 phút, sau đó chuyển sang giá để nguội hoàn toàn. Cupcakes mà không đóng băng có thể được lưu trữ lên đến 3 tháng.

k) Chuẩn bị kem phủ kem ngọt ngào:

l) Trong một bát vừa, sử dụng máy trộn điện, đánh bơ ở tốc độ trung bình cho đến khi có dạng kem.

m) Hạ tốc độ xuống mức trung bình và thêm kem và 1 chén đường bột; đánh cho đến khi kết hợp tốt. Từ từ thêm 1 chén đường và muối còn lại.

n) Cho lớp kem phủ vào túi bắt kem có đầu bạn chọn và làm kem phủ bánh nướng nhỏ, hoặc đơn giản là phủ kem bằng dao cắt bơ hoặc thìa nhỏ.

o) Bảo quản bánh nướng nhỏ phủ sương trong hộp kín trong tủ lạnh tối đa 1 tuần.

25. bánh cupcake sô cô la nóng

Làm cho: 2-4

THÀNH PHẦN:

- ½ chén bột báng
- 1 muỗng cà phê. Bột nở
- nhúm muối
- 1/3 cốc ca cao
- ½-1 tấn ớt đỏ mảnh
- 2 muỗng canh dầu ăn
- Quét ½ cốc sữa
- ½ thìa cà phê. Vanilla
- ¼ thìa cà phê. Giấm táo
- ¼ chén đường

HƯỚNG DẪN

a) Làm nóng lò ở 365º. Kết hợp bột báng, bột nở, muối và đường. đánh trứng! Thêm THÀNH PHẦN ướt và đánh cho đến khi mịn hoàn toàn.

b) Đổ 4-5 lót cupcake đầy 2/3.

c) Nướng trong 20 phút hoặc cho đến khi tăm sạch.

d) Để nguội hoàn toàn trước khi phủ sương.

26. Bánh nướng xốp chuối

Làm cho: 8-10

THÀNH PHẦN

- 1 ½ chén bột báng
- 1/3 chén bơ
- 3 quả chuối nghiền
- 3/4 chén đường mía
- 1/3 chén đường nâu đóng gói
- 1 muỗng cà phê. muối nở
- 1 muỗng cà phê. bột nở
- 1/2 thìa cà phê. muối ăn
- 1 quả trứng
- 2 muỗng canh bột báng
- 1 muỗng canh bơ
- 1/8 muỗng cà phê. quế đất

HƯỚNG DẪN:

a) Mang nhiệt của lò nướng của bạn đến 350 f. và bơ nhẹ một khay muffin 10 cốc. Lấy một bát trộn lớn và trộn 1,5 cốc Bột báng, muối nở, bột nở và muối.

b) Trong một bát riêng, trộn chuối nghiền, trứng, đường mía và 1/3 cốc bơ tan chảy.

c) Khuấy hỗn hợp này vào hỗn hợp đầu tiên cho đến khi hòa quyện. Trải đều bột này vào các cốc muffin đã bôi mỡ hoặc bơ.

d) Trong một bát khác, kết hợp đường nâu, quế và 2 muỗng canh bột báng. Cắt trong 1 muỗng canh bơ.

e) Rắc hỗn hợp này lên bột bánh muffin trong khay. Nướng 18 - 20 phút; để nguội trên giá dây và thưởng thức.

27. bánh nướng xốp chanh dừa

Làm cho: 8-10

THÀNH PHẦN:

- 1 1/4 chén bột báng hạnh nhân
- 1 chén dừa vụn không đường
- 2 muỗng canh dừa Bột báng Bột
- 1/2 thìa cà phê. muối nở
- 1/2 thìa cà phê. bột nở
- 1/4 muỗng cà phê. muối
- 1/4 chén mật ong (thô)
- Nước ép và vỏ từ 1 quả chanh
- 1/4 cốc nước cốt dừa béo
- 3 quả trứng, đánh tan
- 3 muỗng canh dầu dừa
- 1 muỗng cà phê. tinh dầu vanilla

HƯỚNG DẪN:

a) Mang nhiệt của lò nướng của bạn đến 350 f. Trong một bát nhỏ, trộn tất cả các THÀNH PHẦN ướt. Trong một bát vừa, kết hợp tất cả các THÀNH PHẦN khô. Bây giờ đổ THÀNH PHẦN ướt vào bát THÀNH PHẦN khô và khuấy thành bột.

b) Để bột nghỉ trong vài phút rồi khuấy lại. Bây giờ hãy bôi mỡ vào hộp bánh nướng xốp và đổ đầy khoảng 2/3 khuôn bánh. Bật nó trong lò và nướng trong khoảng 20 phút.

c) Kiểm tra độ chín của bánh nướng xốp bằng cách cắm một cây tăm vào giữa và nếu tăm sạch, điều đó có nghĩa là bạn đã sẵn sàng. Lấy ra khỏi lò, để nguội trong một phút và phục vụ!

28. Bánh mì nướng kiểu Pháp

Làm cho: 12

THÀNH PHẦN:

Phủ bên trên thức ăn

- ¼ chén bột báng
- ¼ chén đường
- 2½ muỗng canh bơ không ướp muối, cắt thành miếng ½-inch
- ½ muỗng cà phê bột quế
- ¼ chén hồ đào xắt nhỏ

bánh nướng nhỏ

- 1½ chén bột báng
- 1 chén đường
- 1½ muỗng cà phê bột nở
- 1 muỗng cà phê bột quế
- ½ thìa cà phê tiêu xay
- ¼ muỗng cà phê hạt nhục đậu khấu mới xay
- ½ muỗng cà phê muối
- ½ chén bơ hơi mềm
- ½ chén kem chua
- 2 quả trứng lớn
- ½ muỗng cà phê chiết xuất cây phong
- 4 lát thịt xông khói

HƯỚNG DẪN

a) Đầu tiên, topping phải được chuẩn bị. Trong một bát vừa, trộn đường, Bột Bột báng, quế, quả óc chó và bơ.

b) Sử dụng ngón tay của bạn, trộn bơ cho đến khi không còn miếng nào lớn hơn một hạt đậu nhỏ. Đậy nắp và làm lạnh cho đến khi chuẩn bị sử dụng.

c) Chuẩn bị bánh nướng nhỏ: Làm nóng bếp của bạn ở nhiệt độ 350°F. Xếp một hộp bánh quy 12 cốc bằng giấy lót. Trong một cái bát lớn, trộn bột Bột báng, đường, bột chuẩn bị, quế, hạt tiêu, hạt nhục đậu khấu và muối. Đặt ở một nơi an toàn.

d) Trong một bát lớn sử dụng máy xay sinh tố điện, đánh bơ, kem, trứng và xi-rô cây thích với nhau ở tốc độ trung bình cho đến khi hỗn hợp được trộn đều.

e) Giảm tốc độ máy xay xuống thấp và thêm hỗn hợp Bột báng Flour. Đánh bại cho đến khi hợp nhất đơn giản. Đổ đầy 2/3 khuôn bánh quy vào từng giếng, nướng trong khoảng 20 đến 25 phút hoặc cho đến khi một chiếc tăm cắm vào tâm của bánh nướng nhỏ cho biết sự thật.

f) Trong khi nướng bánh nướng nhỏ, hãy nấu thịt xông khói theo cách bạn muốn. Chuyển sang khăn giấy để thấm dầu thừa và để nguội. Bánh nướng nhỏ phải được làm lạnh trong hộp khoảng 15 phút. Sau đó, di chuyển đến giá dây để nguội hoàn toàn.

g) Cắt thịt xông khói thành 12 miếng và ấn một miếng vào trên cùng của mỗi chiếc bánh nướng xốp.

h) Bảo quản bánh muffin trong tủ đá, đậy kín, có thể để được đến 3 tháng, chỉ bỏ phần thịt xông khói. Hâm nóng lại trong lò nướng bánh mì để thêm ngon miệng.

29. Thanh kem Ailen

THÀNH PHẦN:

- 1/2 c. bơ mềm
- 3/4 c. cộng với 1 T. Bột báng, chia
- 1/4 c. đường mịn
- 2 T. ca cao nướng
- 3/4 c. kem chua
- 1/2 c. đường
- 1/3 c. rượu mùi kem Ireland
- 1 quả trứng, đánh tan
- 1 t. tinh dầu vanilla
- 1/2 c. kem tươi
- Tùy chọn: rắc sô cô la

HƯỚNG DẪN

a) Trong một cái bát, khuấy đều bơ, 3/4 chén bột mì, đường bột và ca cao cho đến khi tạo thành một khối bột mềm.

b) Nhấn bột vào chảo nướng 8 "x8" không bôi trơn. Nướng ở 350 độ trong 10 phút.

c) Trong khi đó, trong một bát riêng, trộn bột còn lại, kem chua, đường, rượu mùi, trứng và vani.

d) Trộn đều; đổ trên lớp nướng. Quay trở lại lò nướng và nướng thêm 15 đến 20 phút, cho đến khi đông đặc.

e) Hơi nguội; làm lạnh ít nhất 2 giờ trước khi cắt thành thanh. Trong một bát nhỏ, với máy trộn điện ở tốc độ cao, đánh kem tươi cho đến khi tạo thành các đỉnh cứng.

f) Phục vụ các thanh trên cùng với một ít kem đánh bông và rắc, nếu muốn.

30. thanh xoắn chuối

THÀNH PHẦN:

- 1/2 c. bơ mềm
- 1 c. đường
- 1 quả trứng
- 1 t. tinh dầu vanilla
- 1-1/2 c. chuối nghiền
- 1-1/2 c. Bột mì Bột báng
- 1 t. bột nở
- 1 t. muối nở
- 1/2 t. muối
- 1/4 c. nướng bánh ca cao

HƯỚNG DẪN

a) Trong một cái bát, đánh bơ và đường với nhau; thêm trứng và vani. Trộn đều; cho chuối vào xào. Để qua một bên. Trong một bát riêng, trộn bột mì, bột nở, muối nở và muối; trộn vào hỗn hợp bơ. Chia bột làm đôi; thêm ca cao vào một nửa.

b) Đổ bột thường vào chảo nướng 13"x9" đã bôi mỡ; muỗng bột sô cô la trên đầu trang. Xoáy bằng dao bàn; nướng ở 350 độ trong 25 phút.

c) Mát mẻ; cắt thành thanh. Làm cho 2-1/2 đến 3 tá.

31. Kẹo bơ cứng hình vuông thịt xông khói

THÀNH PHẦN:

- 8 lát thịt xông khói
- ¼ chén đường nâu nhạt, đóng gói chắc chắn
- 8 TABLESPOONS bơ, để mềm
- 2 TABLESPOONS bơ không ướp muối, làm mềm
- ⅓ chén đường nâu sẫm, đóng gói chắc chắn
- ⅓ chén đường bánh kẹo
- 1½ chén bột báng
- ½ thìa cà phê muối
- ½ cốc kẹo bơ cứng
- 1 cốc chip sô cô la đen
- ⅓ chén hạnh nhân xắt nhỏ

HƯỚNG DẪN

a) Làm nóng lò nướng đến 350°F (180°C). Trong một bát vừa, cho thịt xông khói và đường nâu nhạt vào, xếp thành một lớp trên khay nướng.

b) Nướng trong 20 đến 25 phút hoặc cho đến khi thịt xông khói vàng và giòn. Lấy ra khỏi lò và để nguội trong 15 đến 20 phút. Cắt thành từng miếng nhỏ.

c) Giảm nhiệt độ lò xuống 340°F (171°C). Lót giấy bạc vào chảo nướng 9×13 inch (23×33 cm), xịt bằng bình xịt nấu ăn chống dính và đặt sang một bên.

d) Trong một bát lớn, trộn bơ, bơ không muối, đường nâu sẫm và đường bánh kẹo bằng máy trộn điện ở tốc độ trung bình cho đến khi nhẹ và mịn. Thêm bột Bột báng và muối dần dần, trộn cho đến khi vừa kết hợp. Khuấy ¼ cốc kẹo bơ cứng cho đến khi chúng được phân bố đều.

e) Nhấn bột vào chảo đã chuẩn bị và nướng trong 25 phút hoặc cho đến khi vàng nâu. Lấy ra khỏi lò, rắc vụn sô cô la đen và để trong 3 phút hoặc cho đến khi vụn sô cô la mềm.

f) Trải đều sô cô la đã mềm lên trên và rắc hạnh nhân, kẹo thịt xông khói và ¼ cốc kẹo bơ cứng còn lại. Để nguội trong 2 giờ hoặc cho đến khi sô cô la đông lại. Cắt thành 16 hình vuông 2 inch (5 cm).

g) Bảo quản: Bảo quản trong hộp kín trong tủ lạnh tối đa 1 tuần.

32. Bánh Pierogi việt quất

Làm cho: 48-50

THÀNH PHẦN:

CHO BỘT

- 2 cốc (500 g) Bột báng
- 1 cốc sữa thực vật nóng
- 1 muỗng cà phê muối

CHO VIỆC LÀM ĐIỀN

- 2 chén quả việt quất / quả việt quất
- 1 muỗng canh bột báng

PHỦ BÊN TRÊN THỨC ĂN

- kem ngọt, 12% hoặc 18%
- một nhúm đường đóng băng / bột để rắc

HƯỚNG DẪN:

CHO BỘT

a) Rây bột và chọc một lỗ ở giữa vòm bột. Đổ một ít sữa thực vật còn nóng vào hỗn hợp và khuấy đều. Nhào nhanh, thêm sữa thực vật nếu cần để bột mềm, đàn hồi.

b) Tách bột thành nhiều phần. Trên mặt bàn đã rắc bột, lăn phần bột đầu tiên ra.

c) Cán mỏng bột bằng cây cán bột. Dùng ly hoặc khuôn cắt hình tròn để cắt bột.

CHO VIỆC LÀM ĐIỀN

a) Rửa sạch quả việt quất tươi dưới vòi nước mát.

b) Lấy quả mọng đông lạnh ra khỏi tủ đông ngay trước khi làm pierogi (bánh bao sẽ dễ kết hợp hơn với trái cây đông lạnh)

c) Lau khô trên khăn giấy, trải lên khay và rắc 1 muỗng canh bột mì.

d) Ở trung tâm của mỗi vòng tròn bột, đặt một muỗng cà phê quả việt quất. Gấp bột lên trên phần nhân và gấp các mép lại với nhau. Tiếp tục cho đến khi hết bột và việt quất.

KẾT THÚC LÊN

a) Đun sôi nước muối trong nồi. Giảm nhiệt xuống mức thấp và giữ nó ở đó.

b) Thêm bánh bao và nấu trong 5–6 phút hoặc cho đến khi chúng nổi lên.

c) Trong khi chờ đợi, chuẩn bị một ít kem ngọt. Cho một ít kem vào một cái bát trộn, thêm một ít đường đóng băng/bột và khuấy tất cả lại với nhau. Cắn một miếng xem đã đủ ngọt chưa. Nếu chưa đủ ngọt, hãy thêm đường và thử lại.

d) Dùng thìa có rãnh, lấy pierogi ra khỏi chảo. Dọn ra đĩa với một ít kem ngọt bên trên.

33. Thanh vụn việt quất

THÀNH PHẦN:

- 1½ chén đường
- 3 chén bột Bột báng chưa tẩy trắng
- 1 muỗng cà phê bột nở
- ¼ muỗng cà phê muối
- niềm say mê của một quả chanh
- 1 trứng lớn
- 8 ounces bơ lạnh, không ướp muối, cắt làm tư
- 4 muỗng cà phê bột bắp
- 1 lít quả việt quất

HƯỚNG DẪN:

a) Làm nóng lò ở nhiệt độ 375˚F và phết bơ vào chảo 13 x 9 inch.

b) Trong một bát lớn, trộn 1 cốc đường với bột mì và bột nở. Thêm muối và vỏ chanh.

c) Sau đó thêm trứng và bơ để tạo thành một khối bột nhão. Rất khó để trộn bằng thìa của tôi (Deb khuyên dùng nĩa - ai biết tại sao tôi không nghe), càng khó hơn vì tôi không có nhiều chỗ để khoét rãnh trong bát của mình. Bơ sẽ dễ quản lý hơn một chút nếu được làm mềm một chút, mặc dù theo cách này, bột sẽ hơi dính.

d) Ấn một nửa số bột thành một lớp đều trong chảo.

e) Trong một bát riêng, trộn ½ cốc đường, bột ngô và nước cốt của một quả chanh còn lại.

f) Gấp quả việt quất vào hỗn hợp bột ngô. (Deb đã nói trong bài đăng của mình rằng quả việt quất đông lạnh cũng có tác dụng tương tự.)

g) Dàn đều quả việt quất phủ bột ngô trong chảo.

h) Rắc phần bột còn lại lên trên quả việt quất.

i) Nướng chúng trong 45 phút, cho đến khi mặt trên có màu nâu. Để bánh nguội hoàn toàn trước khi cắt thành miếng.

34. bột báng

Làm cho: 1 khẩu phần

THÀNH PHẦN:

- 1 chén bơ
- ⅓ chén Đường bánh kẹo
- ¾ chén bột bắp
- 1¼ chén bột Bột báng đã rây
- ½ chén hồ đào, thái nhỏ

BON BON FROSTING:

- 1 muỗng cà phê Bơ
- 2 muỗng canh nước ép yuzu

HƯỚNG DẪN:

a) Trộn bơ với đường cho đến khi rất nhẹ và mịn.

b) Thêm tinh bột ngô và bột mì, trộn đều. Làm lạnh cho đến khi dễ xử lý.

c) Làm nóng lò trước ở 350 độ. Định hình bột thành những quả bóng 1 inch.

d) Đặt các quả bóng lên quả hồ đào và rải rác trên giấy sáp.

e) Làm phẳng bằng đáy ly nhúng vào bột mì.

f) Dùng thìa đặt bánh quy lên một tấm bánh quy không bôi dầu mỡ, mặt hạt hướng lên trên.

g) Nướng trong 15 phút. Mát mẻ.

h) Băng giá với Bon Bon Frosting.

BON BON FROSTING:

a) Xay bơ và nước ép yuzu cho đến khi mịn.

b) Xoáy kem phủ lên trên mỗi chiếc bánh quy.

35. Bột bángBánh quy Linzer

Làm cho: 32 Cookies

THÀNH PHẦN

BÁNH QUY LINZER

- 2 ½ cốc 300 g bột báng
- 1 chén 100 g bột hạnh nhân, đã chần và siêu mịn
- ½ thìa cà phê 4 g muối
- ½ muỗng cà phê 1 g bột quế
- 1 cốc 226 g bơ, nhiệt độ phòng
- 1 chén 120 g đường bột, rây mịn
- 2 lòng đỏ trứng lớn
- 2 muỗng cà phê chiết xuất vani hoặc 1 muỗng cà phê chiết xuất vani + 1 hạt đậu vani
- 1 muỗng cà phê vỏ chanh
- Đường bột tùy chọn cho topping

SỮA LẠNH YUZU

- 3 quả trứng lớn
- ½ cốc 110 g đường cát
- 4 ½ muỗng canh 75 g nước ép yuzu
- 1 muỗng canh 15 g nước cốt chanh
- 2 muỗng cà phê 7 g vỏ chanh
- ⅛ muỗng cà phê muối biển
- ⅓ cốc 75 g bơ không ướp muối, cắt khối ở nhiệt độ phòng

HƯỚNG DẪN

a) Kết hợp các THÀNH PHẦN khô. Trong một bát trộn vừa, đánh bột Bột báng, bột hạnh nhân, muối và quế cho đến khi kết hợp đều.

b) Kết hợp các THÀNH PHẦN ướt. Trong một bát trộn lớn của máy trộn đứng, đánh bơ ở nhiệt độ phòng ở tốc độ trung bình cho đến khi bông và kem trong khoảng 1-2 phút. Cạo xuống các cạnh của bát bằng thìa cao su và thêm đường và đánh để kết hợp cho đến khi mịn. Tiếp theo thêm lòng đỏ trứng, vani và vỏ chanh cho đến khi kết hợp.

c) Thêm THÀNH PHẦN khô vào THÀNH PHẦN ướt. Thêm THÀNH PHẦN khô vào hỗn hợp bơ và đánh ở mức thấp trong 1 phút hoặc cho đến khi kết hợp. Cạo xuống các cạnh của bát và tiếp tục trộn cho đến khi kết hợp hoàn toàn.

d) Làm lạnh bột. Chia bột thành hai phần và định hình thành các đĩa dày 1 inch. Bọc chặt bằng bọc nhựa và làm lạnh trong tủ lạnh ít nhất 1 giờ cho đến khi lạnh. Bột có thể kéo dài đến 2 ngày.

e) Chuẩn bị lò nướng và khay nướng. Làm nóng lò ở 350°F.

f) Lót 2 tấm nướng bằng giấy da hoặc giấy bạc. Để qua một bên.

g) Cán và cắt bột. Trên một bề mặt đã được rắc bột, lăn các đĩa bột thành độ dày ¼ inch. Cắt bánh quy với hình dạng mong muốn của bạn và đặt chúng lên khay nướng đã chuẩn bị sẵn với khoảng cách khoảng 1-2 inch ở giữa. Nhớ cắt một nửa hình khối và một nửa có cửa sổ cắt rời. Lặp lại cho đến khi cắt hết bột. Làm lạnh bột thêm 15 phút nếu bột quá mềm.

h) Nướng. Nướng bánh quy từng tờ một trong khoảng 10-12 phút hoặc cho đến khi vàng nhẹ xung quanh các cạnh. Các kích cỡ khác nhau sẽ yêu cầu lượng thời gian nấu khác nhau, vì vậy hãy theo dõi kỹ những phút cuối cùng để đảm bảo chúng không bị chín quá! Làm nguội bánh quy trong 5 phút trước khi chuyển chúng sang giá làm mát để nguội hoàn toàn.

i) Yuzu Curd: Trộn Trong một bát chịu nhiệt vừa phải, thêm trứng, đường, nước ép yuzu, vỏ chanh và muối và đánh đều để kết hợp.

j) Đặt bát vào nồi hơi đôi. Đặt bát lên trên một cái chảo chứa đầy nước, đảm bảo nước không chạm vào bát. Làm nóng nồi hơi đôi ở nhiệt độ trung bình cao và đánh liên tục và nhẹ nhàng để có kết cấu dạng kem và nấu chín đều. Bạn sẽ cần khuấy liên tục trong ít nhất 10-15 phút hoặc cho đến khi nó đặc lại và đạt đến 160°F.

k) Thêm bơ. Khi sữa đông đã đặc lại, tắt bếp và cho bơ vào bằng thìa cao su.

l) Lọc sữa đông. Sử dụng một cái rây lưới mịn, đổ sữa đông qua rây vào một cái bát sạch. Dùng màng bọc thực phẩm bọc lớp sữa đông chanh lại, đảm bảo màng bọc thực phẩm chạm vào lớp sữa đông để ngăn lớp màng hình thành.

m) Đổ sữa đông yuzu vào những chiếc bánh quy đã nguội bằng cách phết sữa đông ở dưới cùng của toàn bộ chiếc bánh quy và đặt chiếc bánh quy có cửa sổ đã cắt lên trên. Rắc đường bột.

36. Bột bángngào Cookies

THÀNH PHẦN:

BÁNH QUY

- 2 chén bột báng
- ½ chén đường bột
- 8 ounces bơ không ướp muối, nhiệt độ phòng
- 1 muỗng cà phê yuzu kosho

KEM PHỦ LÊN BÁNH

- 1 chén đường bột
- 3 muỗng canh sữa
- 1 trái yuzu, bỏ vỏ và ép lấy nước

HƯỚNG DẪN:

a) Làm nóng lò ở 350F.

b) Rây bột mì, muối và đường bột lại với nhau. Sử dụng máy đánh trứng, đánh bơ trong tô lớn cho đến khi nhẹ và mịn. Thêm bột mì và đường vào một phần ba ở tốc độ thấp, sau đó thêm vani.

c) Hình thành bột thành một quả bóng.

d) Bọc quả bóng trong nhựa, ấn vào đĩa dày và làm lạnh trong tủ lạnh cho đến khi lạnh, khoảng 30 phút. Bột càng lạnh, bánh mì sẽ càng ngon. Ngoài ra, bột đóng băng đẹp mắt và giữ lại để sử dụng trong tương lai.

e) Trên một bề mặt có nhiều bột, cán mỏng bột dày ¼ inch và cắt ra bằng khuôn cắt bánh quy. Cuộn bột lại, cuộn lại bột và cắt bỏ phần còn lại bằng khuôn cắt bánh quy. Lặp lại cho đến khi bạn hoàn thành với bột.

f) Nướng trong 15 đến 20 phút, cho đến khi bánh quy có màu nâu vàng xung quanh các cạnh.

g) Lấy bánh ra khỏi lò và chuyển bánh sang giá làm mát để nguội hoàn toàn.

h) Trộn các THÀNH PHẦN men với nhau bằng máy đánh trứng trong một cái bát. Thêm sữa hoặc đường bột nếu muốn lớp men loãng hơn hoặc đặc hơn. Nhẹ nhàng nhúng mặt trên của bánh mì ngắn vào men và đặt lên giá làm mát trên giấy sáp. Để men đông lại trong ít nhất 30 phút. Thưởng thức!

37. Finikia (bánh quy mật ong Bột báng)

Thực hiện: 60 phần ăn

THÀNH PHẦN:

- 125 gram Bơ
- ½ chén đường cát
- 1 quả cam (chỉ vỏ bào)
- ½ chén dầu ngô hoặc đậu phộng
- 2½ chén bột mì
- 4 muỗng cà phê Bột nở
- 1 ly nước
- 1 chén đường
- ½ cốc mật ong
- 1½ chén Bột báng mịn (farina)
- 1 muỗng cà phê bột quế
- 1 nhúm Đinh hương đất
- ½ chén nước cam
- Hạt vừng rang HOẶC
- Quả óc chó băm nhỏ
- 1 miếng vỏ quế
- 2 muỗng cà phê nước cốt chanh

HƯỚNG DẪN:

a) Đánh kem bơ, đường và vỏ cam cho đến khi nhẹ và mịn.

b) Dần dần thêm dầu và tiếp tục đánh ở tốc độ cao cho đến khi hỗn hợp đặc lại thành kem tươi. Rây bột mì và bột nở hai lần rồi trộn với bột báng và gia vị.

c) Dần dần thêm vào hỗn hợp kem xen kẽ với nước cam. Khi kết hợp nhào bằng tay để tạo thành một khối bột cứng.

d) Định hình từng thìa bột thành hình bầu dục, đặt lên khay nướng không phết dầu mỡ và chụm các đầu lại để tạo thành hình ngư lôi. Nướng trong lò vừa phải trong 25 phút cho đến khi vàng nâu và giòn.

e) Làm mát trên tấm nướng.

f) Trong chảo khuấy nước và đường trên lửa cho đến khi đường tan.

g) Thêm mật ong, vỏ quế và nước cốt chanh và đun sôi. Đun sôi trên lửa vừa trong 10 phút và loại bỏ quế.

h) Trong khi xi-rô đang sôi, nhúng bánh quy vào 3 lần một lúc, lật lại trong xi-rô, sau đó lấy ra giá đặt trên đĩa. Lặp lại với số lượng cần thiết để phục vụ. Lưu trữ phần còn lại trong một hộp kín để nhúng sau.

i) Rắc hạt vừng hoặc quả óc chó xắt nhỏ vào bánh quy và phục vụ.

38. Bột báng dosas với hạt thì là

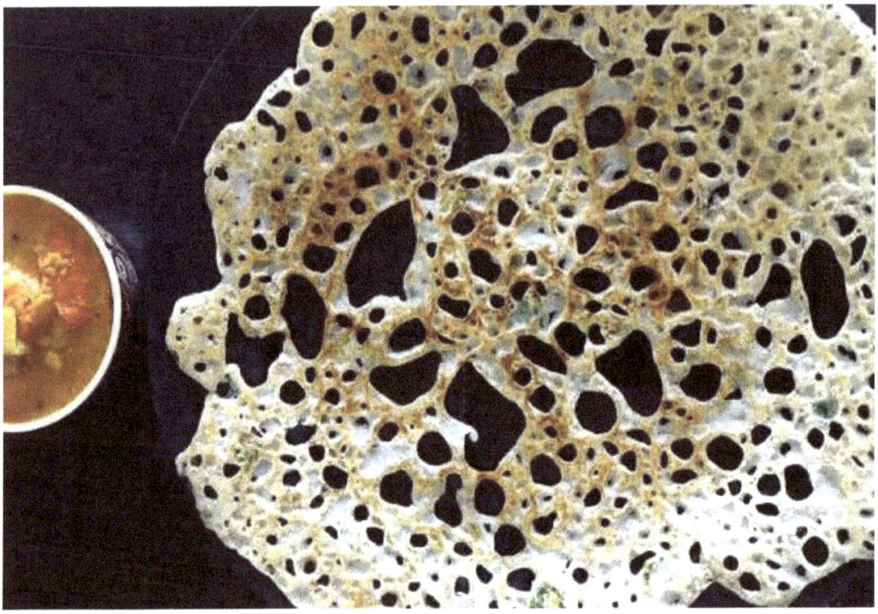

Làm: 8 cái bánh kếp

THÀNH PHẦN:

- 1¾ chén Bột báng hạt mịn
- 1 muỗng canh Bột mì trắng đa dụng
- 1 Ớt xanh tươi
- 1 cốc sữa chua nguyên chất
- 1 muỗng cà phê muối
- 7 muỗng canh Dầu thực vật (khoảng)
- 1 muỗng cà phê hạt thì là nguyên hạt

HƯỚNG DẪN:

a) Trong máy xay sinh tố hoặc máy xay thực phẩm, kết hợp Bột báng, bột mì trắng, ớt, sữa chua, muối và 1 cốc nước.
b) Trộn cho đến khi mịn, sau đó chuyển hỗn hợp vào một cái bát.
c) Đun nóng 1 muỗng canh dầu trong chảo nhỏ trên lửa vừa. Thêm hạt thì là vào dầu nóng và khuấy trong vài giây. Đổ dầu và hạt vào bột; khuấy để trộn. Che và đặt sang một bên trong 30 phút.
d) Chuẩn bị bánh kếp theo HƯỚNG DẪN dành cho các công thức nấu ăn dosa khác.
e) Ăn kèm tương ớt dừa nếu muốn.

39. Bánh quy nhân rau củ

Thực hiện: 12 phần ăn

THÀNH PHẦN:

- ⅓ chén cà rốt bào sợi
- 2 muỗng canh hành băm
- 2 muỗng canh nấm khô băm nhỏ
- 1 muỗng canh cà chua băm nhỏ
- 2 muỗng cà phê húng quế khô
- ⅔ chén bột mì chưa tẩy trắng
- ⅔ cu bột báng
- 2 muỗng canh phô mai Parmesan mới bào
- 1 muỗng cà phê bột nở
- ¾ muỗng cà phê muối
- ⅓ chén cộng với 1 muỗng canh nước
- 2 muỗng canh dầu ô liu

HƯỚNG DẪN:

a) Làm nóng lò ở 250F. Lót một tấm nướng bằng giấy sáp.

b) Trải cà rốt ra giấy; đầu với hành tây. Nướng khoảng 30 phút để rau củ khô ráo. Để nguội trên khay nướng trên giá dây. Giảm nhiệt độ lò xuống 350F. Trong một bát lớn, kết hợp cà rốt khô và hành tây với nấm, cà chua và húng quế.

c) Thêm bột mì và bột báng chưa tẩy trắng, pho mát, bột nở và muối; trộn đều bằng nĩa. Làm một cái giếng ở trung tâm. Thêm nước và dầu. Trộn bằng thìa gỗ cho đến khi bột bắt đầu đông lại.

d) Dùng tay nhào thành một quả bóng. Cuộn bột giữa lòng bàn tay thành một sợi dây dày. Bọc trong giấy sáp và làm lạnh trong 15 phút.

e) Sau khi bột nguội, cắt thành 12 miếng bằng nhau. Làm từng miếng một (đậy kín phần bột còn lại), nặn thành hình quả bóng. Đặt viên bột vào giữa hai miếng giấy sáp có rắc bột nhẹ và lăn thành hình tròn từ 4 đến 5 inch. Lấy giấy sáp ra và đặt hình tròn lên khay nướng lớn. Lặp lại với phần bột còn lại. Bánh quy giòn có thể chạm vào vì chúng không lan rộng trong quá trình nướng. Nướng trong 15 phút ở 350F hoặc cho đến khi vàng nhẹ nhưng không chuyển sang màu nâu. Làm mát trên giá đỡ dây. Lưu trữ trong hộp kín.

f) Những chiếc bánh to, mỏng, vàng óng điểm xuyết những miếng rau củ.

MÓN CHÍNH

40. Khoai tây chiên giòn không dầu

Làm cho: 6

THÀNH PHẦN:

- 2 pound khoai tây, gọt vỏ và cắt thành khối
- 3 muỗng canh bột báng
- ½ cốc aquafaba
- Chất lỏng từ lon đậu xanh
- Muối
- đồ gia vị

HƯỚNG DẪN

a) Làm nóng lò nướng đến 450F.
b) Lót một khay nướng bằng giấy da.
c) Đun sôi khoai tây trong khoảng 6 phút, cho đến khi bạn có thể chọc thủng khoai tây nhưng chúng vẫn giữ nguyên hình dạng.
d) Xả trong một cái chao và đặt sang một bên để làm mát.
e) Khi khoai tây đủ nguội để cầm, trộn vào bát với Bột báng, muối và hạt nêm.
f) Mẹo vào khay nướng
g) Nướng trong 25 phút trước khi lật và nướng thêm 20 phút nữa.

41. Bột báng với rau

THÀNH PHẦN

- ½ chén bột báng
- 1 ly nước
- 2 muỗng canh dầu
- 1/4 muỗng canh hạt mù tạt
- 1/4 muỗng canh hạt thì là
- 1 nhúm asafoetida
- 5-6 lá cà ri
- ½ muỗng canh gừng nạo
- ½ muỗng canh bột rau mùi
- ½ muỗng canh bột thì là
- muối để hương vị
- 1-2 quả cà chua – có thể nấu hoặc ăn sống
- 1 chén khoai tây, bắp cải, súp lơ, cà rốt.
- dừa tươi
- Lá rau mùi tươi

HƯỚNG DẪN

a) Rang khô bột báng trong chảo từ 10 đến 15 phút cho đến khi bột báng chuyển sang màu nâu hồng. Lấy ra khỏi chảo.
b) Đun nóng dầu và thêm hạt mù tạt. Khi chúng nổ, thêm thì là, asafoetida, lá cà ri, gừng, bột rau mùi và bột thì là. Thêm rau và nấu một nửa.
c) Thêm Bột báng rang, muối và nước. Đun sôi, đậy nắp và đun nhỏ lửa trong 10 phút. Khám phá và chiên trong 2 đến 3 phút. Thêm dừa tươi để nếm và lá rau mùi.

Pudding thiên đường

Làm cho 4 phần ăn

- 1 muỗng canh bơ thực vật thuần chay
- 1/4 chén hạt điều rang không muối
- 1/4 chén nho khô vàng
- 1 cốc suji (bột báng hoặc kem lúa mì)
- 1/2 chén đường
- 11/2 cốc nước ép dứa, xoài hoặc nho trắng
- 1/4 chén dứa miếng
- 1/4 muỗng cà phê bạch đậu khấu

HƯỚNG DẪN:

a) Trong một chảo vừa, đun nóng bơ thực vật trên lửa nhỏ. Thêm hạt điều, nho khô và suji và nướng cho đến khi có mùi thơm, khuấy thường xuyên, khoảng 5 phút.

b) Khuấy đường và nước dứa và tiếp tục nấu, khuấy liên tục. Thêm các miếng dứa và bạch đậu khấu và tiếp tục nấu thêm vài phút nữa, cho đến khi nó giống như một chiếc bánh pudding dày.

c) Để phục vụ, hãy chia đều bánh pudding cho 4 đĩa tráng miệng nhỏ. Phục vụ ấm hoặc ở nhiệt độ phòng hoặc làm lạnh cho đến khi ướp lạnh, khoảng 2 giờ.

42. Pizza bột báng kiểu Ấn Độ

Làm 2 phần ăn

- 1 cốc sữa chua nguyên chất thuần chay
- 1 chén bột báng
- 1 muỗng canh bột bắp
- 1⁄3 chén cộng với 2 muỗng canh nước
- 1 củ cà rốt, nạo
- 1 quả ớt xanh nóng hoặc nhẹ, bỏ hạt và băm nhỏ
- 1⁄4 chén cộng với 1 muỗng canh rau mùi tươi xắt nhỏ
- 1⁄4 chén hạt điều không ướp muối thái nhỏ
- 1 muỗng cà phê rau mùi
- 1⁄2 muỗng cà phê muối
- 2 muỗng canh dầu canola hoặc dầu hạt nho

HƯỚNG DẪN:

a) Cho sữa chua vào tô vừa và hâm nóng trong lò vi sóng trong 30 giây. Khuấy bột và trộn đều để kết hợp.

b) Trong một cái bát nhỏ, kết hợp bột ngô với 2 muỗng canh nước. Trộn đều, sau đó khuấy vào hỗn hợp bột, thêm 1⁄3 cốc nước còn lại để tạo thành một hỗn hợp đặc.

c) Cho cà rốt, ớt, hành tây, 1⁄4 chén ngò, hạt điều, rau mùi và muối vào trộn đều. Đặt sang một bên trong 20 phút ở nhiệt độ phòng. Làm nóng lò ở 250 ° F.

d) Trong một cái chảo lớn, đun nóng dầu trên lửa vừa. Đổ một nửa bột vào chảo. Đậy nắp và nấu cho đến khi đáy có màu nâu nhạt và bột chín trong khoảng 5 phút. Hãy cẩn thận để không bị bỏng.

e) Cẩn thận trượt uttapam lên khay nướng hoặc đĩa cách nhiệt và giữ ấm trong khi bạn nấu chiếc thứ hai với phần bột còn lại.

f) Đảo ngược từng uttappam lên đĩa ăn tối, rắc 1 muỗng canh rau mùi còn lại và dùng nóng.

43. Salad trái cây mịn

Làm cho: 12 đến 16

THÀNH PHẦN:

- Hai lon 20 ounce dứa nghiền
- ⅔ chén Đường
- 2 muỗng canh Bột báng
- 2 quả trứng, đánh nhẹ
- ¼ chén nước cam
- 3 muỗng canh nước ép Yuzu
- 1 muỗng canh Dầu thực vật
- 2 lon Cocktail trái cây
- 2 lon cam quýt, để ráo nước
- 2 quả chuối, thái lát
- 1 cốc kem nặng, đánh bông

HƯỚNG DẪN:

a) Gọt dứa, để riêng 1 chén nước ép trong một cái chảo nhỏ. Đặt dứa sang một bên. Cho đường, bột mì, trứng, nước cam, nước Yuzu và dầu vào một cái chảo.

b) Đun sôi, khuấy liên tục. Đun sôi trong 1 phút, tắt bếp và để nguội. Trong một bát salad, kết hợp dứa, cocktail trái cây, cam và chuối.

c) Cho kem đã đánh bông và nước sốt đã nguội vào.

d) Thư giãn trong vài giờ.

44. Salad trái cây đông lạnh kem

Thực hiện: 12 phần ăn

THÀNH PHẦN:

- ¼ chén đường
- ½ muỗng cà phê muối
- 1½ muỗng canh bột báng
- ¾ chén xi-rô chảy ra từ trái cây
- 1 quả trứng, đánh nhẹ
- 2 muỗng canh giấm
- 1 chén lê đóng hộp để ráo nước, thái hạt lựu
- ¾ chén miếng dứa để ráo nước
- 2 chén chuối nghiền, chín vừa
- ½ chén anh đào maraschino để ráo nước, xắt nhỏ
- 1 chén hồ đào xắt nhỏ
- ⅔ cốc Sữa cô đặc
- 1 muỗng canh nước ép Yuzu mới vắt

HƯỚNG DẪN:

a) Kết hợp đường, muối và bột trong một cái chảo. Thêm xi-rô trái cây, trứng và giấm. Nấu trên lửa vừa, khuấy liên tục cho đến khi đặc lại. Mát mẻ.

b) Thêm trái cây và các loại hạt vào hỗn hợp đã nguội. Làm lạnh sữa cô đặc trong tủ đông cho đến khi các tinh thể đá mềm hình thành, khoảng 10 hoặc 15 phút.

c) Đánh cho đến khi bông cứng, khoảng 1 phút. Thêm nước ép Yuzu và đánh thêm 1 phút để làm cho nó thật cứng. Gấp vào hỗn hợp trái cây.

d) Cho thìa vào khuôn 6 cốc rưỡi đã bôi dầu nhẹ

45. Gross-suppe (súp bột báng)

Làm cho: 4 phần ăn

THÀNH PHẦN:

- 1 lít Nước luộc thịt (khoảng 1 qt)
- 1 chén bột báng
- 1 quả trứng
- Một vài nhánh rau mùi tây, xắt nhỏ, HOẶC một chút xắt nhỏ
- Hẹ
- 50 gram Bơ (3 1/2 Tbsp)
- muối để hương vị
- Hương vị hạt tiêu
- Hạt nhục đậu khấu để hương vị

HƯỚNG DẪN:

a) Từ từ khuấy Bột báng vào nước dùng sôi và nấu trong 1 giờ.

b) Ngay trước khi ăn, cho một quả trứng đã đánh tan vào khuấy đều, nêm nếm gia vị với muối, tiêu và nhục đậu khấu. Thêm rau mùi tây hoặc hẹ xắt nhỏ và chấm với bơ.

46. Cơm hầm gà phô mai và súp lơ xanh

THÀNH PHẦN

- 1 (6-ounce) gói hỗn hợp gạo hạt dài và gạo hoang dã
- 3 muỗng canh bơ không ướp muối
- 3 tép tỏi, băm nhỏ
- 1 củ hành tây, thái hạt lựu
- 2 chén nấm cremini, làm tư
- 1 nhánh cần tây, thái hạt lựu
- ½ thìa húng tây khô
- 1 muỗng canh bột báng
- ¼ chén rượu trắng khô
- 1 ¼ chén nước dùng gà
- Muối Kosher và hạt tiêu đen mới xay, để nếm thử
- 3 chén bông cải xanh
- ½ chén kem chua
- 2 chén gà quay xé nhỏ còn sót lại
- 1 chén phô mai cheddar giảm béo cắt nhỏ, chia
- 2 muỗng canh lá mùi tây tươi xắt nhỏ (tùy chọn)

HƯỚNG DẪN

a) Làm nóng lò ở 375 độ F.

b) Nấu hỗn hợp gạo theo hướng dẫn trên bao bì; để qua một bên.

c) Đun chảy bơ trong chảo chịu nhiệt lớn trên lửa vừa và cao. Thêm tỏi, hành tây, nấm và cần tây và nấu, thỉnh thoảng khuấy, cho đến khi mềm, 3 đến 4 phút. Khuấy cỏ xạ hương và nấu cho đến khi có mùi thơm, khoảng 1 phút.

d) Đánh bột cho đến khi có màu nâu nhạt, khoảng 1 phút. Dần dần cho rượu và nước dùng vào. Nấu, khuấy liên tục, cho đến khi hơi đặc lại, từ 2 đến 3 phút; nêm muối và hạt tiêu cho vừa ăn.

e) Khuấy bông cải xanh, kem chua, thịt gà, ½ chén pho mát và cơm. Nếu đóng băng soong để sử dụng sau, hãy dừng lại ở đây và chuyển sang bước 7. Nếu không, hãy rắc ½ chén pho mát còn lại.

f) Chuyển chảo vào lò nướng và nướng cho đến khi soong sủi bọt và đun nóng trong 20 đến 22 phút. Phục vụ ngay lập tức, trang trí với rau mùi tây nếu muốn.

g) Đông cứng.

47. couscous Ma-rốc

THÀNH PHẦN

- 1 con gà nguyên con (2kg)
- 1 kg bột báng
- 3 củ cà rốt
- 3 củ cải
- 3 bí xanh
- 250 g bí đỏ
- 1 kg hành tây
- 250 g đậu xanh mềm
- 150 g nho khô
- 1 lít rưỡi nước
- Gia vị: 1 muỗng cà phê muối, tiêu đen, gừng, nghệ tây
- 4 muỗng canh dầu thực vật
- 1 muỗng cà phê bơ mặn (cũ)
- 2 muỗng cà phê đường

HƯỚNG DẪN:

a) Chúng ta cần ba cái chảo có kích thước khác nhau. Trong cái lớn nhất, cho nước, đậu xanh mà bạn đã ngâm trong bát nước qua đêm, dầu, gia vị, một củ hành tây lớn rửa sạch và cắt thành những miếng vuông nhỏ, dầu Và đặt chảo trên lửa lớn , khi sôi vặn nhỏ lửa để đậu chín mềm và giữ được lượng nước. Sau đó, cho các loại rau củ đã rửa sạch, gọt vỏ và cắt khúc dài vào cùng một nồi và để lửa lớn.

b) .Trong chảo nước sốt thứ hai, cho một củ hành tây cắt thành lát nhỏ, thịt gà cắt thành bốn miếng, muối dầu, một muỗng canh nước cốt chanh, hạt tiêu, gừng, nghệ tây và nửa muỗng cà phê bơ mặn. để lửa rất thấp, mức tối thiểu và để Nấu trong một giờ mà không cần Nước. Lửa nhỏ sẽ tiết ra nước trong gà.

c) Trong cái chảo thứ ba, cái nhỏ nhất, cho phần còn lại của hành tây cắt thành lát dài, thêm các loại gia vị tương tự, một cốc nước và một. Muỗng cà phê dầu. để Nấu trên lửa nhỏ cho đến khi hành tây mềm. sau đó, thêm đường, nửa thìa cà phê canella và đun trên lửa nhỏ cho đến khi hành tây chuyển sang màu caramen nhưng không bị cháy.

d) Bươc cuôi. Lấy nồi hấp, đó là một loại nồi có lỗ cho phép nấu bằng hơi nước. Bột báng sau khi rửa sạch cho nhanh dưới vòi nước và để ráo nước, cho vào nồi hấp và nấu trong vòng 5 phút. Lặp lại thao tác này hai lần và di chuyển bột báng giữa các ngón tay của bạn cho đến khi nó giống như cát ướt.

e) Bài thuyết trình. Trong một cái đĩa lớn, hình tròn, cho bột báng vào trước, thêm một thìa cà phê bơ mặn vào nước sốt từ chảo rau củ, đổ một muỗng nước sốt này lên miếng bột báng. Trộn nhẹ nhàng bằng thìa lớn.

f) Tạo một cái lỗ ở giữa, đặt đậu xanh và những miếng thịt gà lên trên chúng. Tiếp theo, đặt các nửa củ rau theo chiều dọc, sau đó, đặt hành tây caramen lên trên theo hình nón, làm giá treo.

g) Nó được phục vụ nóng cùng với bát nước sốt nhỏ nơi rau đã được nấu chín.

MỲ ỐNG

48. Gnocchetti với tôm & sốt pesto

Thực hiện: 4–6

THÀNH PHẦN

- bột báng

PISTO PISTO

- 1 chén quả hồ trăn
- 1 bó bạc hà
- 1 tép tỏi
- ½ chén Pecorino Romano nghiền
- ½ chén dầu ô liu
- Muối kosher
- Hạt tiêu vừa mới nghiền
- 8 oz đậu fava
- Dầu ô liu
- 3 tép tỏi, băm nhỏ
- 2 lb tôm lớn, làm sạch
- ớt đỏ nghiền, để hương vị
- Muối kosher
- Hạt tiêu vừa mới nghiền
- ¼ chén rượu trắng
- 1 quả chanh, vỏ

HƯỚNG DẪN

a) Bụi hai chảo với bột Bột báng.
b) Để làm bánh gnocchetti, hãy cắt một miếng bột nhỏ và bọc phần bột còn lại bằng màng bọc thực phẩm. Dùng tay cuộn miếng bột thành sợi dây dày khoảng ½ inch. Cắt những miếng bột dài ½ inch từ sợi dây. Dùng ngón cái ấn nhẹ miếng bột lên thớt gnocchi, lăn nó ra xa khỏi thân để tạo thành một vết lõm nhẹ. Đặt bánh gnocchetti lên chảo đã phủ bột báng và không đậy nắp cho đến khi sẵn sàng nấu.
c) Để làm sốt quả hồ trăn, trong máy xay thực phẩm, thêm quả hồ trăn, bạc hà, tỏi, Pecorino Romano, dầu ô liu, muối và hạt tiêu đen mới xay và chế biến cho đến khi nhuyễn.

d) Chuẩn bị một bát nước đá. Lấy đậu fava ra khỏi vỏ. Chần đậu răng ngựa bằng cách nấu trong nước sôi cho đến khi mềm, khoảng 1 phút. Lấy ra khỏi nước và đặt vào bồn nước đá. Khi đủ nguội, vớt ra khỏi nước và để riêng trong một cái bát. Loại bỏ lớp sáp bên ngoài của đậu và loại bỏ.

e) Đun sôi một nồi nước muối lớn. Trong lúc đó, trong một chảo xào lớn ở nhiệt độ cao, thêm một ít dầu ô liu, tỏi, tôm, ớt đỏ nghiền, muối và tiêu đen mới xay. Trong khi tôm đang nấu, thả mì ống vào nước sôi và nấu cho đến khi mềm, khoảng 3 đến 4 phút. Thêm mì ống vào chảo xào với rượu trắng và nấu cho đến khi rượu giảm một nửa, khoảng một phút.

f) Để phục vụ, chia mì ống giữa các bát. Trang trí với vỏ chanh và quả hồ trăn pesto.

49. rượu vang đỏ fettuccine và ô liu

THÀNH PHẦN

- 2½ cốc bột mì
- 1 chén bột báng
- 2 quả trứng
- cốc rượu vang đỏ khô
- 1 Công thức lumache alla Marchigiana

HƯỚNG DẪN:

a) Để chuẩn bị mì ống: Rây bột mì thật kỹ rồi cho trứng và rượu vào giữa.

b) Sử dụng một cái nĩa, đánh trứng và rượu với nhau và bắt đầu kết hợp bột bắt đầu từ vành trong của giếng.

c) Bắt đầu nhào bột bằng cả hai tay, sử dụng lòng bàn tay.

d) Cán mỏng mì ống đến mức mỏng nhất trên máy làm mì ống. Cắt mì ống thành sợi mì dày ¼ inch bằng tay hoặc bằng máy và đặt sang một bên dưới khăn ẩm.

e) Đun sôi 6 lít nước và thêm 2 muỗng canh muối. Đun sôi ốc và đặt sang một bên.

f) Thả mì ống vào nước và nấu cho đến khi mềm. Vớt mì ra cho vào chảo cùng với ốc, đảo đều cho ốc ngấm gia vị. Phục vụ ngay lập tức trong một món ăn phục vụ ấm áp.

50. Gnocchi di Bột báng

Làm cho: 4 phần ăn

THÀNH PHẦN:

- 3½ cốc sữa
- ¾ chén bột báng mịn
- ½ chén bơ
- 6 muỗng canh phô mai Parmesan
- 2 Lòng đỏ trứng
- Muối
- Hạt tiêu
- Một nhúm hạt nhục đậu khấu
- vụn bánh mì

HƯỚNG DẪN:

a) Đun nóng sữa với một chút muối, khi sôi cho dần bột báng vào, dùng thìa gỗ khuấy đều tay để tránh vón cục.

b) Tiếp tục nấu, khuấy, trong 20 phút. Tắt bếp và thêm 2 muỗng canh bơ thành từng miếng nhỏ. sau đó khuấy dần 2 muỗng canh phô mai parmesan, lòng đỏ trứng, từng chút một, một chút hạt tiêu và nhục đậu khấu. Dầu 1 hoặc 2 đĩa lớn hoặc phiến bếp bằng đá cẩm thạch sạch và đổ hỗn hợp Bột báng lên. Trải ra độ dày ½ inch bằng thìa ướt lạnh và để nguội.

c) Làm nóng lò ở 350 độ F (175 độ C). Đun chảy 6 thìa bơ còn lại; dùng một ít bơ để bôi mỡ món thịt hầm mà bạn muốn nấu và dọn món gnocchi vào. Cắt bột báng thành hình vuông hoặc hình tròn và đặt vào đĩa đã bôi mỡ. Rưới bơ và rắc parmesan, thêm một lớp gnocchi thứ hai, v.v.

d) Rắc vụn bánh mì lên gnocchi và nướng trong khoảng 20 phút hoặc cho đến khi có màu vàng nâu.

51. Bột báng gnocchi với cá cơm, tỏi và hương thảo

Làm cho: 4 phần ăn

THÀNH PHẦN:

- 1 tép tỏi lớn - bóc vỏ và băm nhỏ
- 1 muỗng canh Hương thảo tươi - băm nhỏ
- 2 muỗng canh Mùi tây tươi - băm nhỏ
- 1 lít Sữa gầy
- Muối
- 1 chén Bột báng mịn hoặc bột ngô vàng
- 2 muỗng canh Bơ không ướp muối
- 4 miếng phi lê cá cơm dẹt,
- Để ráo nước -- bằm nhuyễn
- 6 muỗng canh Bơ không ướp muối - làm mềm
- Muối
- Hạt tiêu đen -- mới xay
- ½ cốc Phô mai Parmesan, Thêm 3 Tbs mới bào
- Hạt tiêu đen - mới xay

HƯỚNG DẪN:

a) Bắt đầu bằng cách làm bơ cá cơm: Cho tỏi, hương thảo, rau mùi tây, cá cơm và bơ vào máy xay thực phẩm và chế biến cho đến khi mịn. Nêm muối và tiêu rồi cho vào tủ lạnh.

b) Làm món gnocchi: Kết hợp sữa tách kem và 1 thìa cà phê muối trong nồi nặng 3½ qt và đun sôi. Rắc Bột báng hoặc bột ngô rất chậm, đánh liên tục. Giảm nhiệt xuống rất thấp và đun nhỏ lửa, đậy nắp, trong 15 phút, khuấy thường xuyên. Lấy chảo ra khỏi bếp, thêm bơ và ½ chén Parmesan, nêm muối và tiêu rồi trộn đều.

c) Rửa sạch khay nướng hình chữ nhật hoặc khay nướng bánh quy bằng nước lạnh.

d) Thìa Polenta vào chảo và xoa đều bằng thìa ướt thành một lớp dày ½ inch. Làm lạnh trong 1 giờ.

e) Làm nóng lò ở 350 F.

f) Với khuôn cắt bánh quy tròn 1 inch, hãy cắt bánh mì Polenta thành các đĩa.

g) Đặt chúng, hơi chồng lên nhau, trong một món nướng nặng được phết bơ kỹ. Chấm với bơ cá cơm, rắc 3 muỗng canh Parmesan còn lại và nướng trong 30 phút. Phục vụ ngay lập tức, trực tiếp từ đĩa nướng.

52. Bột báng linguine với nước sốt marinara đơn giản

Làm cho: 4 phần ăn

THÀNH PHẦN:

- 1 pound mì ống Bột báng
- 2 muỗng canh dầu ô liu
- 2 tép tỏi; nghiền qua máy ép
- 3 lon (14,5oz) cà chua thái hạt lựu; với nước trái cây
- ½ muỗng cà phê muối
- ½ muỗng cà phê tiêu xay tươi
- ¼ chén rau mùi tây xắt nhỏ
- ¼ chén húng quế tươi
- bào phô mai parmesan

HƯỚNG DẪN:

a) Trong một cái chảo lớn, đun nóng dầu. Thêm tỏi và nấu trên lửa vừa, khuấy trong 1 phút. Thêm cà chua với nước ép, muối và hạt tiêu. Đun sôi, giảm nhiệt xuống mức trung bình thấp và đun nhỏ lửa, đậy nắp một phần, cho đến khi giảm nhẹ, khoảng 25 phút. Nấu mì ống.

b) Xả trong một cái chao. Quăng mì ống với nước sốt, rau mùi tây và húng quế.

c) Rắc phô mai và phục vụ.

53. Pasta nhà làm sốt cà chua bi

THÀNH PHẦN

- 1/2 chén bột mì đa dụng
- 1/2 chén bột báng
- 1 nhúm muối
- 1 quả trứng
- 1 quả cà chua bi
- 1 muỗng cà phê húng quế khô/tươi
- 4 tép tỏi
- 1 muỗng canh dầu
- 1/2 muỗng cà phê húng tây
- 1/2 chén nước dùng bò
- 1 củ hành vừa
- Hạt tiêu đen tươi
- 1 khối thịt bò (tùy chọn)

HƯỚNG DẪN:

a) Đối với mì ống: trên một mặt phẳng, đặt các loại bột mì với nhau và muối tạo thành một cái giếng và cho trứng vào giữa. Dùng phới lồng đánh trứng. Trộn bột lại với nhau rồi bắt đầu nhào bằng tay để tạo thành khối bột. Có thể thêm chút nước nếu thấy bột hơi khô, không quá nhiều dù chỉ 1 thìa canh. Dùng màng bọc thực phẩm bọc lại và để nghỉ khoảng 30 phút. Cán mỏng bột của bạn. Dùng bột báng gấp lại và cắt theo chiều dọc.

b) Phần nước sốt: cho dầu vào chảo đun lửa vừa, cho hành tây thái hạt lựu vào xào đến khi trong, cho tỏi đập dập vào phi thơm. Thêm cà chua bi của bạn và để nguội trong 5 đến 10 phút. Thêm các loại thảo mộc sau đó thịt bò kho. Thêm khối thịt bò. Nấu thêm 10 phút nữa

c) Nấu mì ống của bạn. Xả nó và thêm nó vào nước sốt của bạn. Sử dụng một cái kẹp trộn mì ống với nước sốt để đảm bảo rằng chúng được phủ hoàn toàn bằng nước sốt.

d) Sau đó phục vụ. Thưởng thức

MÓN TRÁNG MIỆNG

54. Món tráng miệng Apple Fantasy

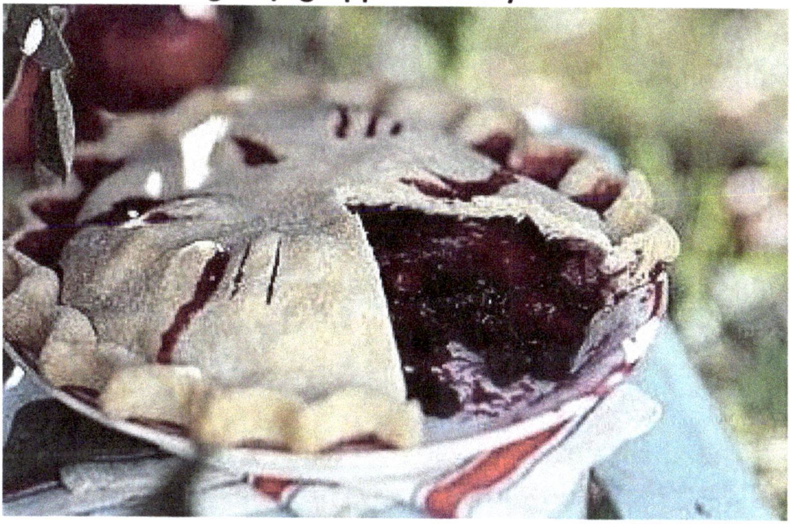

THÀNH PHẦN:

- 2/3 c. Bột mì Bột báng
- 3 muỗng cà phê bột nở
- 1/2 thìa cà phê muối
- 2 quả trứng
- 1 c. đường hạt
- 1/2 c. đường nâu
- 3 muỗng cà phê vani hoặc rượu rum hoặc rượu bourbon
- 3 c. táo xắt hột lựu

HƯỚNG DẪN:

a) Đánh trứng, thêm đường và vani vào đánh đều. Thêm THÀNH PHẦN khô và trộn. Đổ táo vào và khuấy cho đến khi phân bố đều. Cho vào đĩa nướng sâu lòng hoặc đĩa soufflé.

b) Nướng 45 phút ở nhiệt độ 350. Ăn nóng.

55. Safra (Bánh bột báng và chà là)

Làm cho: 8 phần ăn

THÀNH PHẦN:

- 3 muỗng canh dầu
- 1½ pound chà là; băm nhỏ
- 1 muỗng cà phê bột quế
- ⅛ thìa cà phê Đinh hương xay
- 2 pound Bột báng (kem lúa mì); (4 cốc)
- 1 cân Đường; (2 tách)
- 2 muỗng cà phê Bột nở
- 1 chén dầu ngô
- ¾ chén nước
- Hạnh nhân chần hoặc cả tép; Đối với Trang trí
- 1 chén đường
- ½ chén nước
- 1 cốc mật ong
- Nước cốt 1 quả chanh; 2 đến 3 muỗng canh

HƯỚNG DẪN:

a) Cho dầu và chà là vào chảo nặng và nấu trên lửa nhỏ, khuấy liên tục trong khoảng 20 phút hoặc cho đến khi tạo thành hỗn hợp sệt.

b) Lấy chảo ra khỏi bếp và cho quế và đinh hương vào đảo đều. Làm mát dán. Trộn các THÀNH PHẦN làm bánh ngoại trừ hạnh nhân hoặc đinh hương với nhau thành một hỗn hợp bột đặc. Cho một nửa bột vào khuôn bánh 12 x 12 inch hoặc 12 x 16 inch. Cho nhân chà là vào, ép vào các góc của khuôn sao cho phủ kín bột. Đổ phần bột còn lại vào và làm phẳng bề mặt. Điểm mặt trên của bánh, không quá sâu, theo hình thoi hoặc miếng vuông 2 inch. Đặt 1 quả hạnh nhân đã chần vào giữa mỗi viên kim cương hoặc ấn 1 nhánh đinh hương vào mỗi miếng, với phần cuống hướng xuống dưới. Đặt hộp bánh vào giữa lò để bánh chín đều và nướng ở nhiệt độ 350 độ F. trong 45 phút.

c) Cho tất cả THÀNH PHẦN xi-rô vào chảo và đun trên lửa nhỏ trong 10 phút, khuấy thường xuyên. Khi bánh được lấy ra khỏi lò, đổ xi-rô nóng lên trên và để cho nó được hấp thụ.

d) Để bánh ở nhiệt độ phòng ½ ngày trước khi ăn.

56. Soufflé quả mơ và quả hồ trăn

Làm cho: 6 - 8

Nguyên liệu

- 3 muỗng canh Bơ
- 4 muỗng canh bột báng
- 1½ cốc sữa
- 6 Lòng đỏ trứng
- 8 Lòng trắng trứng
- nhúm muối
- ⅛ muỗng cà phê Kem cao răng
- ½ mứt mơ và mứt dứa
- ½ mứt mơ và mứt dứa
- ¼ muỗng cà phê chiết xuất hạnh nhân
- 2 chiết xuất hạnh nhân
- kem đánh
- quả mơ khô, ngâm
- hạt hồ trăn bóc vỏ
- rượu mơ (tùy chọn)
- đường bánh kẹo
- hạt hồ trăn xay

HƯỚNG DẪN:

a) Làm nóng lò ở 400-F.
b) Đun chảy bơ và thêm Bột Bột báng. Thêm sữa dần dần khuấy bằng máy đánh trứng để tạo thành nước sốt đặc mịn.
c) Thêm đường. Tắt bếp và thêm từng lòng đỏ trứng vào.
d) Thêm chiết xuất hạnh nhân, quả mơ đã ráo nước, xắt nhỏ, hạt hồ trăn và rượu mạnh tùy chọn. Đánh lòng trắng trứng với chút muối và cream of tartar cho đến khi bông cứng.
e) Cho hỗn hợp quả mơ và thìa vào đĩa 6 cốc soufflé đã phết bơ và đường. Đặt soufflé vào lò nướng và ngay lập tức giảm nhiệt xuống 375-F. Nướng trong 25 phút.

57. soufflé chanh rơi

Làm cho: 1 phần ăn

Nguyên liệu

- 3 quả trứng lớn; ly thân
- 3 muỗng canh Đường
- 1½ muỗng canh Bột Bột báng nguyên chất
- 2 muỗng cà phê Bơ tan chảy
- 100ml nước cốt chanh tươi
- 1 muỗng canh Vỏ chanh
- 190ml Sữa
- 2 thìa cà phê Bơ đun chảy; thêm
- 3 muỗng canh Đường; thêm
- lá bạc hà tươi
- Sorbet mua hoặc kem

HƯỚNG DẪN:

a) Làm nóng lò ở 180c. và bơ sáu đĩa soufflé (dung tích khoảng 200ml.) Rắc thêm đường và đặt sang một bên.

b) Đánh lòng đỏ trứng và đường cho đến khi đặc và mịn như kem, sau đó thêm Bột Bột báng và bơ và tiếp tục đánh cho đến khi đường tan hoàn toàn. Khuấy nước cốt chanh, vỏ chanh và sữa và đánh cho đến khi bột mịn.

c) Trong một bát riêng, đánh lòng trắng trứng cho đến khi 'sủi bọt', sau đó tiếp tục đánh trong khi thêm đường. Đánh ở tốc độ cao cho đến khi lòng trắng trứng cứng và bóng.

d) Gấp lòng trắng trứng vào bột chanh sau đó chia đều bột vào các đĩa soufflé đã chuẩn bị.

e) Đặt các đĩa soufflé vào khay nướng, sau đó đổ nước lạnh vào cho đến khi mực nước ngập đến nửa thành của các đĩa soufflé.

f) Nướng chúng ở 180c. trong 40 phút.

g) Khi bánh soufflé đã nướng xong, lấy chúng ra khỏi nồi cách thủy và cho vào tủ lạnh ít nhất 30 phút hoặc tối đa 6 giờ.

h) Để phục vụ, hãy để chúng trở lại nhiệt độ phòng, sau đó dùng dao chạy quanh mép của từng đĩa soufflé và úp ngược soufflé lên đĩa phục vụ. Rắc đường bột và trang trí bằng lá bạc hà. Phục vụ với kem đặc hoặc kem nếu muốn.

58. Tres Leches Bánh

Quy cách: 16 chiếc bánh nhỏ

THÀNH PHẦN:

- 1 chén bột báng
- 1½ thìa cà phê. bột nở
- nhúm muối
- 5 quả trứng lớn, tách ra
- 4 muỗng canh bơ, đun chảy và để nguội
- 1 chén cộng với 3 muỗng canh đường cát
- 4 thìa cà phê. tinh dầu vanilla
- ¼ cốc sữa nguyên kem
- Sữa cô đặc lon 350ml
- Sữa đặc lon 400ml
- 2½ cốc kem nặng
- 1 muỗng canh bơ không ướp muối, đun chảy và để nguội

HƯỚNG DẪN

a) Làm nóng lò nướng đến 340°F (171°C). Bơ và bột báng vào một hộp bánh nướng xốp 24 cốc hoặc hai hộp bánh nướng xốp 12 cốc, đổ đầy nước vào các khoang rỗng và để sang một bên.

b) Trong một bát vừa, trộn Bột Bột báng, bột nở và muối. Để qua một bên.

c) Chia lòng trắng trứng và lòng đỏ trứng vào các bát vừa khác nhau. Trong một bát, đánh lòng đỏ, 2 muỗng canh bơ và

d) ¾ chén đường bằng máy trộn điện ở tốc độ trung bình cho đến khi có màu vàng nhạt. Thêm 2 muỗng cà phê chiết xuất vani và sữa nguyên chất và đánh ở tốc độ thấp cho đến khi hòa quyện.

e) Trong bát khác, đánh lòng trắng trứng ở tốc độ trung bình cao trong 2 phút cho đến khi tạo thành chóp mềm.

f) Thêm ¼ chén đường và tiếp tục đánh ở tốc độ trung bình cao cho đến khi lòng trắng bông cứng.

g) Trộn đều hỗn hợp lòng đỏ và bột báng. Nhẹ nhàng trộn hỗn hợp lòng trắng trứng và sau đó dùng muỗng múc bột vào khuôn hoặc hộp thiếc muffin.

h) Nướng trong 20 phút hoặc cho đến khi trung tâm được thiết lập. Lấy ra, chọc lỗ trên đỉnh bằng nĩa và để nguội.

i) Trong một bát vừa, kết hợp sữa cô đặc, sữa đặc, ½ cốc kem nặng, 2 thìa bơ còn lại và bơ không muối rồi đổ lên bánh.

j) Đánh 2 cốc kem nặng còn lại, 3 thìa canh đường còn lại và 2 thìa cà phê chiết xuất vani còn lại bằng máy trộn điện ở tốc độ trung bình cho đến khi bông mịn. Trải trên bánh nguội.

k) Bảo quản: Bảo quản trong hộp kín trong tủ lạnh tối đa 3 ngày.

59. bánh pho mát Tây Ban Nha

Thực hiện: 10 phần ăn

Nguyên liệu

- 1 pound kem phô mai
- 1½ cốc Đường; dạng hạt
- 2 quả trứng
- ½ muỗng cà phê quế; Đất
- 1 thìa cà phê vỏ chanh; Nạo
- ¼ chén bột báng chưa tẩy trắng
- ½ muỗng cà phê muối
- 1 x Đường bánh kẹo
- 3 muỗng canh Bơ

HƯỚNG DẪN:

a) Làm nóng lò ở nhiệt độ 400 độ F. Đánh kem cùng pho mát, 1 muỗng canh bơ và đường trong một cái bát trộn lớn. Đừng đập.

b) Thêm từng quả trứng vào, đánh kỹ sau mỗi lần thêm.

c) Kết hợp quế, vỏ chanh, bột báng và muối. Bơ chảo với 2 thìa bơ còn lại, dùng ngón tay phết đều.

d) Đổ bột vào khuôn đã chuẩn bị sẵn và nướng ở nhiệt độ 400 độ trong 12 phút, sau đó giảm xuống 350 độ và nướng thêm 25 đến 30 phút nữa. Con dao không được có cặn.

e) Khi bánh nguội đến nhiệt độ phòng, rắc đường bánh kẹo lên bánh.

60. Bánh tart sô cô la đen độc ác

Làm cho: 1 khẩu phần

THÀNH PHẦN:

- 250 gram bơ lạt
- 125 gram đường vani
- 250 gram bột mì
- 125 gram bột báng
- 180 gram Socola đen đắng
- 5 muỗng canh Cognac
- 4 quả trứng
- 3 muỗng canh Bột ngô
- 400 gram đường cát
- 600 ml Kem đơn
- 1 quả vani
- 125 gram bơ lạt

HƯỚNG DẪN:

a) Làm nóng lò ở 180C/khí 4. Chuẩn bị bánh ngắn. Kem bơ và đường vani trong một cái bát cho đến khi nhẹ và mịn.

b) Trộn bột mì và Bột báng. Dần dần thêm bơ vào cho đến khi bột nhão được hình thành. Nhào bột cẩn thận và nhẹ nhàng cho đến khi bột kết dính với nhau và bề mặt mịn. Cán mỏng thành dòng 6 hộp bánh tart 4 inch có đáy rời. Căn cứ chích. Thư giãn tốt trong một giờ. Lót giấy bạc và nướng đậu.

c) Nướng các hộp bánh ngọt trong khoảng 20 phút hoặc lâu hơn trong lò đã làm nóng trước cho đến khi bánh chín. Lấy đậu và giấy bạc ra và tiếp tục sấy khô trong lò nếu cần. Chuẩn bị nhân sô cô la. Cắt sô cô la thành hình vuông. Đặt trong một cái bát trên chảo nước hoặc nồi hơi đôi. Thêm rượu cognac vào sô cô la.

d) Đun nóng nhẹ cho đến khi sô cô la tan chảy. Đánh trứng trong một cái bát. Trộn bột ngô và đường và thêm một ít kem, nếu cần.

e) Đun nóng phần kem còn lại trong nồi với vỏ vani cho đến khi gần sôi.

f) Khuấy kem nóng vào hỗn hợp trứng trộn.

g) Rửa sạch chảo kem trong nước lạnh. Trả lại hỗn hợp để thanh toán và thêm sô cô la tan chảy. Nấu nhẹ nhàng, khuấy liên tục cho đến khi hỗn hợp đặc lại và bột ngô chín. Nếm hỗn hợp để kiểm tra xem nó có bột không. Quá trình này sẽ mất từ 6-8 phút. Loại bỏ vỏ vani.

h) Làm mát một chút. Làm mềm bơ và để nguội. Đánh bơ mềm vào nhân sô cô la. Đổ vào bánh tart ướp lạnh và để nguội.

i) Khi nguội, làm lá sô cô la với một ít sô cô la tan chảy và dùng chúng để trang trí bánh tart.

61. Brownies phô mai kem

Làm cho: 12

THÀNH PHẦN

- 1 hỗn hợp bánh sô cô la hộp 18,25 ounce
- ½ chén bơ, tan chảy
- 2 quả trứng, chia
- ½ hộp đường bánh kẹo
- 1 gói phô mai kem 8 ounce, làm mềm

HƯỚNG DẪN

a) Làm nóng lò ở nhiệt độ 325°F. Mỡ và Bột Bột báng Chảo bánh. Để qua một bên.

b) Kết hợp hỗn hợp bánh, bơ và 1 quả trứng. Trộn đều. Nhấn hỗn hợp vào chảo nướng. Kết hợp quả trứng còn lại với hai THÀNH PHẦN cuối cùng và phết lên trên hỗn hợp bánh.

c) Nướng trong 28 phút. Để nguội hoàn toàn trong chảo trước khi cắt thành hình vuông bánh hạnh nhân.

62. Bánh sô cô la hạnh nhân

THÀNH PHẦN:

- 1 chén bột ca cao không đường
- 1 chén bột báng
- 1 muỗng cà phê. muối nở
- ¼ thìa cà phê. muối
- 2 muỗng canh bơ không ướp muối
- 8 muỗng canh bơ
- 1½ chén đường nâu sẫm, được đóng gói chắc chắn
- 4 quả trứng lớn
- 2 thìa cà phê. tinh dầu vanilla
- ½ cốc chocolate chip sữa
- ½ chén chip sô cô la bán ngọt
- ½ chén quả phỉ nướng, xắt nhỏ

HƯỚNG DẪN

a) Làm nóng lò nướng đến 340°F (171°C). Phủ nhẹ chảo nướng 9 × 13 inch (23 × 33 cm) bằng bình xịt chống dính và đặt sang một bên. Trong một bát vừa, kết hợp bột ca cao không đường, Bột Bột báng, baking soda và muối. Để qua một bên.

b) Trong một nồi hơi đôi ở nhiệt độ thấp, làm tan chảy bơ và bơ không muối cùng nhau. Sau khi tan chảy, loại bỏ nhiệt và khuấy trong đường nâu sẫm. Đổ hỗn hợp bơ-đường vào hỗn hợp bột Bột báng và khuấy đều.

c) Trong một tô lớn, đánh trứng và chiết xuất vani bằng máy trộn điện ở tốc độ trung bình trong 1 phút. Từ từ thêm vào hỗn hợp bơ-bột và trộn thêm 1 phút cho đến khi vừa kết hợp. Thêm chip sô cô la sữa, chip sô cô la bán ngọt và quả phỉ, và đánh trong vài giây để phân phối nhanh chóng.

d) Chuyển hỗn hợp vào chảo đã chuẩn bị và nướng trong 23 đến 25 phút hoặc cho đến khi bề mặt có màu tối và khô. Để nguội hoàn toàn trong chảo trước khi cắt thành 24 miếng và bày ra đĩa.

e) Bảo quản: Bọc kín trong màng bọc thực phẩm để trong tủ lạnh từ 4 đến 5 ngày hoặc trong tủ đông từ 4 đến 5 tháng.

63. Fudge hạnh nhân không nướng

THÀNH PHẦN:

- Yến mạch, 1 chén, xay thành Bột Bột báng
- Mật ong, ½ cốc
- Yến mạch nhanh, ½ cốc
- Bơ hạnh nhân, ½ chén
- Chiết xuất vani, 1 muỗng cà phê
- Bột protein vani, ½ chén
- Sô cô la chip, 3 muỗng canh Ngũ cốc gạo giòn, ½ chén

HƯỚNG DẪN

a) Xịt chảo ổ bánh mì bằng bình xịt nấu ăn và để sang một bên. Kết hợp ngũ cốc gạo với yến mạch Bột báng Flour và yến mạch nhanh. Giữ sang một bên.

b) Đun chảy bơ hạnh nhân với mật ong trong chảo, sau đó thêm vani.

c) Chuyển hỗn hợp này vào bát INGREDIENTS khô và trộn đều.

d) Chuyển sang chảo đã chuẩn bị và dàn đều bằng thìa.

e) Làm lạnh trong 30 phút hoặc cho đến khi chắc chắn.

f) Trong khi đó làm tan chảy sô cô la.

g) Lấy hỗn hợp ra khỏi chảo và rắc sô cô la tan chảy lên trên. Làm lạnh một lần nữa cho đến khi sô cô la đông lại rồi cắt thành các thanh có kích thước mong muốn.

64. Thanh Protein Red Velvet Fudge

THÀNH PHẦN:

- Củ cải đường xay nhuyễn, 185 g
- Bột đậu vani, 1 muỗng cà phê
- Sữa đậu nành không đường, ½ cốc
- Bơ hạt, 128 g
- Muối hồng Himalaya, 1/8 muỗng cà phê
- Chiết xuất (bơ), 2 muỗng cà phê
- Stevia thô, ¾ cốc
- Bột Yến Mạch, 80 g
- Bột đạm, 210 g

HƯỚNG DẪN

a) Đun chảy bơ trong chảo và thêm Bột báng yến mạch, bột protein, củ cải đường xay nhuyễn, vani, chiết xuất, muối và cỏ ngọt. Khuấy cho đến khi kết hợp.

b) Bây giờ thêm sữa đậu nành và khuấy cho đến khi kết hợp tốt.

c) Chuyển hỗn hợp vào chảo và làm lạnh trong 25 phút.

d) Khi hỗn hợp đặc lại, cắt thành 6 thanh và thưởng thức.

65. Mocha Brownies phủ sương

THÀNH PHẦN

- 1 c. đường
- 1/2 c. bơ mềm
- 1/3 c. nướng bánh ca cao
- 1 t. cà phê hạt hòa tan
- 2 quả trứng, đánh tan
- 1 t. tinh dầu vanilla
- 2/3 c. Bột mì Bột báng
- 1/2 t. bột nở
- 1/4 t. muối
- 1/2 c. quả óc chó băm nhỏ

HƯỚNG DẪN

a) Kết hợp đường, bơ, ca cao và hạt cà phê trong một cái chảo. Nấu và khuấy trên lửa vừa cho đến khi bơ tan chảy. Loại bỏ nhiệt; để nguội trong 5 phút. Thêm trứng và vani; khuấy cho đến khi vừa kết hợp.

b) Trộn bột báng, bột nở và muối; gấp các loại hạt. Trải bột vào chảo nướng 9"x9" đã bôi mỡ. Nướng ở 350 độ trong 25 phút, hoặc cho đến khi được thiết lập.

c) Để nguội trong chảo trên giá dây. Phết Mocha Frosting lên bánh hạnh nhân đã nguội; cắt thành thanh. Làm cho một tá.

66. bánh hạnh nhân táo

THÀNH PHẦN

- 1/2 c. bơ mềm
- 1 c. đường
- 1 t. tinh dầu vanilla
- 1 quả trứng, đánh tan
- 1-1/2 c. Bột mì Bột báng
- 1/2 t. muối nở

HƯỚNG DẪN

a) Làm nóng lò ở 350 độ F (175 độ C). Mỡ một món nướng 9x9 inch.

b) Trong một bát lớn, đánh bơ tan chảy, đường và trứng cho đến khi mịn. Cho táo và quả óc chó vào. Trong một bát riêng, rây bột Bột báng, muối, bột nở, baking soda và quế.

c) Khuấy hỗn hợp Bột Bột báng vào hỗn hợp ướt cho đến khi hòa quyện. Trải đều bột trong đĩa nướng đã chuẩn bị.

d) Nướng 35 phút trong lò đã làm nóng trước hoặc cho đến khi tăm được cắm vào giữa thấy sạch.

67. Thanh kẹo mềm bơ đậu phộng

THÀNH PHẦN

Lớp vỏ

- 1 chén bột báng
- 1/4 chén bơ, tan chảy
- 1/2 thìa cà phê. Quế
- 1 muỗng canh Erythritol
- Chút muối

Fudge

- 1/4 cốc kem nặng
- 1/4 chén bơ, tan chảy
- 1/2 chén bơ đậu phộng
- 1/4 cốc Erythritol
- 1/2 thìa cà phê. Tinh dầu vanilla
- 1/8 muỗng cà phê. kẹo cao su xanthan
- lớp trên bề mặt
- 1/3 cốc sô cô la của Lily, xắt nhỏ

HƯỚNG DẪN

a) Làm nóng lò ở 400 ° F. Đun chảy 1/2 chén bơ. Một nửa sẽ dành cho vỏ bánh và một nửa dành cho kẹo mềm. Kết hợp Bột Bột báng và một nửa bơ tan chảy.

b) Thêm erythritol và quế, sau đó trộn đều. Nếu bạn đang sử dụng bơ không ướp muối, hãy thêm một chút muối để mang lại nhiều hương vị hơn.

c) Trộn cho đến khi đều khắp và ấn vào đáy đĩa nướng có lót giấy da. Nướng lớp vỏ trong 10 phút hoặc cho đến khi các cạnh có màu nâu vàng. Lấy nó ra và để nguội.

d) Để làm nhân, cho tất cả các THÀNH PHẦN làm kẹo mềm vào máy xay sinh tố nhỏ hoặc máy xay thực phẩm và trộn. Bạn cũng có thể sử dụng máy trộn cầm tay và bát điện.

e) Đảm bảo cạo xuống hai bên và trộn đều tất cả các nguyên liệu.

f) Sau khi lớp vỏ nguội, nhẹ nhàng phết lớp fudge lên các mặt của đĩa nướng. Sử dụng thìa để làm phẳng phần trên cùng tốt nhất có thể.

g) Ngay trước khi làm lạnh, hãy phủ một ít sô cô la cắt nhỏ lên trên thanh của bạn.

h) Làm lạnh qua đêm hoặc đóng băng nếu bạn muốn dùng sớm.

i) Khi nguội, tháo các thanh bằng cách kéo giấy nến ra.

j) Cắt thành 8-10 thanh và phục vụ! Những thanh kẹo bơ đậu phộng này nên được thưởng thức ướp lạnh!

68. Brownies Zucchini yêu thích

THÀNH PHẦN

- 1/4 c. bơ, tan chảy
- 1 chén bơ đậu phộng
- 1 quả trứng, đánh tan
- 1 t. tinh dầu vanilla
- 1 c. Bột mì Bột báng
- 1 t. bột nở
- 1/2 t. muối nở
- 1 T. nước
- 1/2 t. muối
- 2-1/2 T. ca cao nướng
- 1/2 c. quả óc chó băm nhỏ
- 3/4 c. zucchini, cắt nhỏ
- 1/2 c. chip semisweet sô cô la

HƯỚNG DẪN

a) Trong một bát lớn, trộn tất cả các thành phần trừ sô cô la chip.

b) Phết bột vào chảo nướng 8"x8" đã bôi mỡ; rắc bột với sô cô la chip.

c) Nướng ở 350 độ trong 35 phút. Để nguội trước khi cắt thành thanh. Làm cho một tá.

69. Bánh sô cô la mạch nha

THÀNH PHẦN

- 12-oz. pkg. chip sô cô la sữa
- 1/2 c. bơ mềm
- 3/4 c. đường
- 1 t. tinh dầu vanilla
- 3 quả trứng, đánh tan
- 1-3/4 c. Bột mì Bột báng
- 1/2 c. sữa bột mạch nha
- 1/2 t. muối
- 1 c. bóng sữa mạch nha, xắt nhỏ

HƯỚNG DẪN

a) Làm tan chảy sô cô la chip và bơ trong chảo trên lửa nhỏ, khuấy thường xuyên. Loại bỏ nhiệt; để hơi nguội.

b) Trộn các thành phần còn lại trừ sữa mạch nha theo thứ tự nhất định.

c) Trải bột vào chảo nướng 13"x9" đã bôi mỡ. Rắc bóng sữa mạch nha; nướng ở 350 độ trong 30 đến 35 phút. Mát mẻ. Cắt thành thanh. Làm 2 tá.

70. Matcha Trà Xanh Fudge

THÀNH PHẦN:

- Bơ hạnh nhân rang, 85 g
- Bột Yến Mạch, 60 g
- Sữa hạnh nhân vani không đường, 1 cốc
- Bột đạm, 168 g
- Sô cô la đen, 4 oz. tan chảy
- Bột trà xanh matcha, 4 muỗng cà phê
- Chiết xuất Stevia, 1 muỗng cà phê
- chanh, 10 giọt

HƯỚNG DẪN

a) Đun chảy bơ trong chảo và thêm Bột báng yến mạch, bột trà, bột protein, giọt chanh và cỏ ngọt. Trộn đều.

b) Bây giờ đổ sữa và khuấy liên tục cho đến khi kết hợp tốt.

c) Chuyển hỗn hợp vào khuôn ổ bánh mì và để trong tủ lạnh cho đến khi đông lại.

d) Rưới sô cô la tan chảy lên trên và cho vào tủ lạnh lần nữa cho đến khi sô cô la cứng lại.

e) Cắt thành 5 thanh và thưởng thức.

71. bánh gừng

THÀNH PHẦN

- 1-1/2 c. Bột mì Bột báng
- 1 c. đường
- 1/2 t. muối nở
- 1/4 c. nướng bánh ca cao
- 1 t. gừng xay
- 1 t. Quế
- 1/2 t. đinh hương đất
- 1/4 c. bơ, tan chảy và hơi nguội
- 1/3 c. mật mía
- 2 quả trứng, đánh tan
- Trang trí: đường bột

HƯỚNG DẪN

a) Trong một bát lớn, kết hợp Bột Bột báng, đường, baking soda, ca cao và gia vị. Trong một bát riêng, kết hợp bơ, mật đường và trứng. Thêm hỗn hợp bơ vào hỗn hợp Bột báng Flour, khuấy cho đến khi vừa kết hợp.

b) Trải bột vào chảo nướng 13"x9" đã bôi mỡ. Nướng ở nhiệt độ 350 độ trong 20 phút hoặc cho đến khi tăm kiểm tra thấy sạch khi đưa vào giữa.

c) Để nguội trong chảo trên giá dây. Rắc đường bột. Cắt thành hình vuông. Làm 2 tá.

72. bánh quy hồi

Làm cho:36

THÀNH PHẦN:

- 1 chén đường
- 1 chén bơ
- 3 chén bột báng
- ½ cốc sữa
- 2 quả trứng đánh tan
- 1 muỗng canh bột nở
- 1 muỗng canh chiết xuất hạnh nhân
- 2 muỗng cà phê rượu hồi
- 1 chén đường bánh kẹo

HƯỚNG DẪN:

a) Làm nóng lò ở nhiệt độ 375 độ F.

b) Đánh đều đường và bơ cho đến khi nhẹ và mịn.

c) Kết hợp Bột Bột báng, sữa, trứng, bột nở và chiết xuất hạnh nhân dần dần.

d) Nhào bột cho đến khi nó trở nên dính.

e) Tạo những quả bóng nhỏ từ những miếng bột dài 1 inch.

f) Làm nóng lò ở nhiệt độ 350°F và bôi mỡ lên khay nướng. Đặt các quả bóng trên tấm nướng.

g) Làm nóng lò ở 350°F và nướng bánh trong 8 phút.

h) Kết hợp rượu mùi hồi, đường bánh kẹo và 2 muỗng canh nước nóng trong một bát trộn.

i) Cuối cùng, nhúng bánh quy vào men khi chúng vẫn còn ấm.

73. bánh quy sô cô la

Làm: 12 bánh quy

THÀNH PHẦN:

- ½ chén bơ
- ⅓ chén kem phô mai
- 1 quả trứng đánh tan
- 1 muỗng cà phê chiết xuất vani
- ⅓ cốc erythritol
- ½ chén bột báng dừa
- ⅓ cốc sô cô la chip không đường

HƯỚNG DẪN:

a) Làm nóng nồi chiên không dầu ở nhiệt độ 350°F. Lót giấy nến vào giỏ nồi chiên không khí và đặt bánh quy vào bên trong

b) Trong một bát trộn bơ và pho mát kem. Thêm chiết xuất erythritol và vani và đánh cho đến khi mịn. Thêm trứng và đánh cho đến khi kết hợp. Trộn bột báng dừa và chocolate chip. Để bột nghỉ 10 phút.

c) Múc khoảng 1 muỗng canh bột và tạo hình bánh quy.

d) Đặt bánh quy vào giỏ nồi chiên không khí và nấu trong 6 phút.

74. Bánh quy xanh ngọt ngào

THÀNH PHẦN:

- 165 g đậu xanh.
- 80 g chà là Medrol xắt nhỏ.
- 60 g đậu hủ non, tán nhuyễn.
- 100g bột hạnh nhân.
- 1 muỗng cà phê bột nở.
- 12 quả hạnh nhân.

HƯỚNG DẪN:

a) Làm nóng lò ở 180° C/350° F.

b) Kết hợp đậu Hà Lan và chà là trong một bộ xử lý thực phẩm.

c) Xử lý cho đến khi hỗn hợp đặc sệt được hình thành.

d) Chuyển hỗn hợp đậu vào một cái bát. Khuấy đậu phụ, bột Bột báng hạnh nhân và bột nở. Định hình hỗn hợp thành 12 quả bóng.

e) Sắp xếp các quả bóng lên tấm nướng, lót bằng giấy da. Làm phẳng từng quả bóng bằng lòng bàn tay có dầu.

f) Chèn một quả hạnh vào mỗi cookie. Nướng bánh quy trong 25-30 phút hoặc cho đến khi vàng nhẹ.

g) Để nguội trên giá dây trước khi phục vụ.

75. Bánh sô cô la

THÀNH PHẦN:

- 2 cốc Bột Bột báng đa năng không chứa gluten.
- 1 muỗng cà phê baking soda.
- 1 thìa muối biển.
- 1/4 cốc sữa chua thuần chay.
- 7 muỗng canh bơ thuần chay.
- 3 muỗng canh bơ hạt điều
- 1 1/4 chén đường dừa.
- 2 quả trứng chia.
- Thanh sô cô la đen, ăn trộm các phần.

HƯỚNG DẪN:

a) Làm nóng lò ở 375° F

b) Trong một bát trộn cỡ trung bình, trộn Bột Bột báng không chứa gluten, muối và baking soda. Đặt sang một bên trong khi bạn làm tan chảy bơ.

c) Cho bơ, sữa chua, bơ hạt điều, đường dừa vào tô và sử dụng máy trộn hoặc máy trộn cầm tay, trộn trong vài phút cho đến khi kết hợp.

d) Thêm trứng chia và trộn đều.

e) Thêm Bột báng vào hỗn hợp trứng chia và trộn ở mức thấp nhất cho đến khi hòa quyện.

f) Gấp trong khối sô cô la.

g) Đặt bột vào tủ lạnh để đặt trong 30 phút.

h) Lấy bột ra khỏi tủ lạnh và để bột xuống nhiệt độ phòng, khoảng 10 phút, và lót một tấm bánh quy bằng giấy da.

i) Dùng tay múc 1 1/2 muỗng canh bột bánh quy lên giấy da. Để lại một khoảng trống nhỏ ở giữa mỗi cookie.

j) Nướng bánh trong 9-11 phút. Thích thú!

76. Bánh khai vị phô mai

Làm cho: 1 phần

Nguyên liệu

- 4 ounces (1 cốc) phô mai cheddar bào nhỏ.
- ½ chén Mayonnaise hoặc bơ mềm
- 1 chén bột báng
- ½ muỗng cà phê muối
- 1 lát ớt đỏ xay

HƯỚNG DẪN:

a) Nhẹ nhàng múc bột báng vào cốc đo lường; chững lại.
b) Trong một món ăn vừa phải, trộn phô mai, bơ thực vật, Bột Bột báng, muối và ớt đỏ. Trộn kỹ và Đậy nắp và làm lạnh trong 1 giờ.
c) Định hình bột thành những quả bóng 1 inch.
d) Đặt cách nhau 2 inch trên vỉ nướng không bôi trơn. Làm phẳng bằng nĩa hoặc sử dụng bề mặt của chất làm mềm thịt nhúng trong Bột Bột báng.
e) Nếu muốn, vẩy nhẹ với ớt bột.
f) Nướng trong 10 đến 12 phút

77. Bánh quy đường hạnh nhân

Làm cho: 32 bánh quy

Nguyên liệu

- 5 muỗng canh Bơ thực vật (75 g)
- 1½ muỗng canh Fructose
- 1 muỗng canh Lòng trắng trứng (15ml)
- ¼ muỗng cà phê chiết xuất hạnh nhân, vani hoặc chanh (1,25 ml)
- 1 chén Bột Bột báng chưa tẩy trắng (125 g)
- ⅛ thìa cà phê Baking soda (.6 ml)
- 1 nhúm Kem cao răng
- 32 lát hạnh nhân

HƯỚNG DẪN:

a) Làm nóng lò ở 350F (180C). Trong một bát cỡ trung bình, kết hợp bơ thực vật và đường fructose, đánh cho đến khi nhẹ và mịn. Trộn trong lòng trắng trứng và chiết xuất hạnh nhân. Dần dần khuấy bột báng, muối nở và kem cao răng; trộn đều. Nặn thành những quả bóng ½ inch (1½ cm). Đặt trên một tờ cookie không dính.

b) Trên cùng mỗi cookie với một lát hạnh nhân. Nướng trong 8 đến 10 phút, cho đến khi có màu nâu nhạt. Chuyển sang giấy da hoặc giấy sáp để nguội.

78. Bánh quy đường với kem bơ

Làm cho: 5 DOZEN THÀNH PHẦN

Bánh quy:

- 1 chén bơ
- 1 chén đường trắng
- 2 quả trứng
- 1/2 muỗng cà phê chiết xuất vani
- 31/4 chén bột báng
- 1/2 muỗng cà phê bột nở
- 1/2 muỗng cà phê baking soda
- 1/2 thìa cà phê muối

Buttercream frosting:

- 1/2 chén rút ngắn
- 1 pound đường bánh kẹo
- 5 muỗng canh nước
- 1/4 muỗng cà phê muối
- 1/2 muỗng cà phê chiết xuất vani
- 1/4 muỗng cà phê chiết xuất hương vị bơ

HƯỚNG DẪN:

a) Trong một bát lớn, trộn bơ, đường, trứng và vani bằng máy trộn điện cho đến khi nhẹ và mịn. Kết hợp Bột báng, bột nở, muối nở và muối; dần dần khuấy hỗn hợp Bột báng Flour vào hỗn hợp bơ cho đến khi được trộn đều bằng thìa chắc chắn. Làm lạnh bột trong 2 giờ.

b) Làm nóng lò ở nhiệt độ 400°F (200°C). Trên một bề mặt có Bột Bột báng nhẹ, cán mỏng bột với độ dày 1/4 inch. Cắt thành các hình dạng mong muốn bằng khuôn cắt bánh quy. Đặt các cookie cách nhau 2 inch lên các tấm cookie không bôi trơn.

c) Nướng trong 4 đến 6 phút trong lò làm nóng trước. Lấy bánh quy ra khỏi chảo và để nguội trên giá dây.

d) Dùng máy đánh trứng, đánh shortening, đường bánh kẹo, nước, muối, chiết xuất vani và hương liệu bơ cho đến khi bông xốp. Bánh quy đông lạnh sau khi chúng đã nguội hoàn toàn.

79. Bánh quy đường brickle hạnh nhân

Thực hiện: 1 Khẩu phần

Nguyên liệu

- 2¼ cốc bột báng
- 1 chén đường
- 1 chén bơ
- 1 quả trứng
- 1 muỗng cà phê baking soda
- 1 muỗng cà phê vani
- 6 ounce Hạnh nhân lát gạch

HƯỚNG DẪN

a) Làm nóng lò ở 350F. Mỡ tấm cookie. Trong bát trộn lớn, kết hợp Bột Bột báng, đường, bơ, trứng, baking soda và vani. Đánh ở tốc độ trung bình, thường xuyên cạo bát cho đến khi trộn đều, từ 2 đến 3 phút. Khuấy các miếng gạch hạnh nhân.

b) Định hình những thìa bột tròn thành những quả bóng 1 inch. Đặt cách nhau 2 inch trên các tấm cookie đã chuẩn bị. Làm phẳng bánh quy có độ dày ¼ inch với đáy ly phết bơ nhúng đường.

c) Nướng từ 8 đến 11 phút hoặc cho đến khi các cạnh có màu nâu rất nhạt. Loại bỏ ngay lập tức.

80. Bánh quy đường Amish

Thực hiện: 24 phần ăn

Nguyên liệu

- ½ cốc Đường;
- ⅓ chén đường bột;
- ¼ cốc bơ thực vật; (1/2 thanh)
- ⅓ chén Dầu thực vật
- 1 quả trứng; (lớn)
- 1 muỗng cà phê vani
- 1 muỗng cà phê hương chanh hoặc hạnh nhân
- 2 muỗng canh Nước
- 2¼ cốc bột báng
- ½ thìa cà phê Baking soda
- ½ muỗng cà phê Kem cao răng;
- ½ muỗng cà phê muối

HƯỚNG DẪN

a) Cho đường, bơ thực vật và dầu vào tô trộn và trộn ở tốc độ trung bình cho đến khi có dạng kem. Thêm trứng, vani, hương liệu và nước, trộn ở tốc độ trung bình trong 30 giây, cạo sạch bát trước và sau khi thêm các THÀNH PHẦN này. Khuấy các thành phần còn lại với nhau để trộn đều; thêm vào hỗn hợp kem và trộn ở tốc độ trung bình để trộn. Tạo bột thành 24 quả bóng, sử dụng 1 muỗng canh bột cho mỗi quả bóng.

b) Đặt các quả bóng lên các tấm bánh quy đã được xịt bằng bình xịt chảo hoặc lót bằng giấy nhôm. Nhấn đều các quả bóng xuống ½ 'với mặt sau của muỗng canh nhúng trong nước. Nướng ở nhiệt độ 375 trong 12 đến 14 phút hoặc cho đến khi bánh quy có màu nâu ở đáy và có màu nâu nhạt xung quanh các cạnh. Lấy bánh quy ra giá dây và để nguội ở nhiệt độ phòng.

81. Bánh quy đường mỡ cơ bản

Làm cho: 1 phần ăn

Nguyên liệu

- ¾ chén mỡ heo
- ¾ chén đường nâu đóng hộp
- 1 quả trứng
- 1 muỗng cà phê vani
- 1 muỗng cà phê Bột nở
- 2 chén bột báng

HƯỚNG DẪN

a) Đánh mỡ lợn, đường và trứng với nhau cho đến khi kem và được trộn đều.

b) Khuấy vani và thêm bột nở và Bột báng cho đến khi bột được hình thành.

c) Tạo bột thành những quả bóng có đường kính khoảng 1 inch và đặt trên một tấm bánh quy.

d) Dùng ngón tay ấn dẹt các viên bột một chút để tạo thành một chiếc bánh quy hình tròn.

e) Nướng trong lò nướng 350 đã làm nóng trước cho đến khi các cạnh có màu nâu đẹp mắt. Loại bỏ và để nguội.

82. Bánh quy đường quế

Thực hiện: 48 phần ăn

Nguyên liệu

- 2½ cốc bột báng
- ½ chén bơ
- 2½ muỗng cà phê Bột nở
- ¾ cốc Đường
- ¼ muỗng cà phê muối
- 1 quả trứng; bị đánh
- ⅛ muỗng cà phê quế
- ½ cốc bơ sữa
- Hỗn hợp đường
- ½ chén đường
- 1 muỗng cà phê quế

HƯỚNG DẪN

a) Trộn bột báng với bột nở, muối và ⅛ thìa cà phê quế. Trong một bát khác, đánh kem và đường cho đến khi nhẹ và mịn.

b) Thêm trứng và đánh cho thật nhừ. Khuấy ⅓ Bột Bột báng, sau đó thêm sữa và Bột Bột báng còn lại, trộn đều giữa mỗi lần thêm.

c) Đừng cho thêm Bột báng, bột sẽ mềm và không dính sau khi để nguội. Làm lạnh bột trong tủ lạnh trong vài giờ cho đến khi được làm lạnh hoàn toàn.

d) Lấy thìa bột và nhẹ nhàng nặn thành những quả bóng. Lăn các viên bột trong hỗn hợp quế / đường, sau đó làm phẳng và đặt trên một tấm bánh quy đã bôi mỡ và nướng ở nhiệt độ 375 độ trong khoảng 12 phút.

e) Các cookie nên có màu nâu tinh tế.

83. Bánh quy đường nứt

Thực hiện: 48 phần ăn

Nguyên liệu

- 1¼ chén đường
- 1 chén bơ, làm mềm
- 3 lòng đỏ trứng lớn, đánh bông
- 1 muỗng cà phê chiết xuất vani
- 2½ cốc Bột Bột báng Rây
- 1 muỗng cà phê baking soda
- ½ muỗng cà phê Kem cao răng

HƯỚNG DẪN

a) Làm nóng lò trước ở 350 độ. Bôi nhẹ hai tờ cookie. Kem đường và bơ với nhau cho đến khi nhạt. Đánh trong lòng đỏ và vani.

b) Rây bột báng, muối nở và kem cao răng đã rây với nhau, sau đó cho vào hỗn hợp bơ đường.

c) Tạo bột thành những quả bóng cỡ quả óc chó. Đặt các tấm bánh quy cách nhau 2 inch. Không làm phẳng. Nướng trong khoảng 11 phút, cho đến khi các mặt bánh nứt ra và vừa chuyển màu. Để nguội trên giá dây. Làm 4 tá.

84. Bánh quy đường hồ đào

Thực hiện: 1 Khẩu phần

Nguyên liệu

- 1¼ chén Đường, nước màu nâu nhạt
- 3 thìa mật ong
- 1 quả trứng
- 2⅓ chén bột báng
- 1 chén hồ đào, xay thô
- 2½ muỗng canh quế
- 1 muỗng canh Baking soda
- 1 thìa hạt tiêu

HƯỚNG DẪN:

a) Trong bát trộn kết hợp đường nâu, nước, mật ong và trứng. Đánh khoảng 10 giây với máy trộn.

b) Trong một bát riêng, kết hợp Bột báng, hồ đào, quế, tiêu và muối nở, bột nở, trộn đều.

c) Thêm vào THÀNH PHẦN ướt và khuấy đều. Đổ từng muỗng cà phê bột lên tấm bánh quy đã bôi mỡ. Nướng ở 375 độ trong 12 phút.

d) Làm khoảng 3 tá cookie. Để nguội trước khi bảo quản.

85. Bánh tart sữa bơ việt quất

Làm cho: 1 khẩu phần

THÀNH PHẦN:

VỎ BỌC

- 1½ chén bột báng
- ¼ chén đường
- ¼ muỗng cà phê muối
- ¼ pound Bơ lạnh; cắt bit
- 1 trứng lớn; đánh với
- 2 muỗng canh Nước đá
- Gạo sống; để cân vỏ

SỮA BƠ

- 1 cốc bơ sữa
- 3 lòng đỏ trứng lớn
- ½ chén đường
- 1 thìa Vỏ chanh; vỉ lò sưởi
- 1 muỗng canh nước cốt chanh tươi
- ½ thanh bơ lạt; tan chảy, mát mẻ
- 1 muỗng cà phê vani
- ½ muỗng cà phê muối
- 2 muỗng canh bột báng
- 2 cốc quả việt quất; chọn qua
- đường bánh kẹo

HƯỚNG DẪN:

VỎ BỌC

a) Trong một cái bát, khuấy đều bột mì, đường và muối. Thêm bơ và trộn cho đến khi hỗn hợp giống như một bữa ăn thô. Thêm hỗn hợp lòng đỏ, trộn cho đến khi chất lỏng được kết hợp và tạo thành bột vào đĩa. Bột nhào với bột và làm lạnh, bọc trong bọc nhựa, trong 1 giờ. Cán bột dày ⅛" trên bề mặt đã rắc bột và cho vừa vào khuôn bánh tart 10" có vành rãnh có thể tháo rời.

b) Làm lạnh vỏ trong ít nhất 30 phút hoặc đậy nắp qua đêm.

c) Làm nóng lò trước ở 350 độ.

d) Lót giấy bạc lên vỏ và cho cơm vào. Nướng vỏ ở giữa lò trong 25 phút.

e) Cẩn thận lấy giấy bạc và gạo ra và Nướng vỏ thêm 5 phút nữa hoặc cho đến khi vàng nhạt. Vỏ nguội trong chảo trên giá.

f) ĐỔ ĐẦY

g) Trong máy xay sinh tố hoặc máy chế biến, trộn các THÀNH PHẦN làm nhân cho đến khi mịn. Trải đều quả việt quất dưới đáy vỏ.

h) Đổ bơ sữa lên quả việt quất và nướng ở giữa lò trong 30 đến 35 phút hoặc cho đến khi vừa chín.

i) Tháo vành chảo và làm nguội hoàn toàn bánh trong chảo trên giá. Rây đường của bánh kẹo lên bánh tart và phục vụ ở nhiệt độ phòng hoặc ướp lạnh với kem việt quất.

86. bánh bột ngô việt quất

Làm: 16 Làm: 2 bánh 9 inch

THÀNH PHẦN:

Bánh bột:

- 3 chén bột báng
- 1 ½ chén bột ngô
- 1 muỗng canh bột nở
- 1 muỗng cà phê muối
- 1 pound bơ không muối, làm mềm
- 3 chén đường trắng
- 8 quả trứng, ở nhiệt độ phòng
- 1 ½ chén kem chua
- 1 thìa chiết xuất vani
- ½ chén bơ không ướp muối, chia
- 1 chén đường nâu, chia
- 6 cốc quả việt quất tươi, chia

HƯỚNG DẪN:

a) Làm nóng lò ở 350 độ F (175 độ C).

b) Trộn bột Bột báng, bột ngô, bột nở và muối với nhau trong một cái bát.

c) Đánh bông bơ và đường bằng máy trộn điện cho đến khi mịn. Đập từng quả trứng vào, cạo xuống bát sau mỗi lần thêm. Thêm kem chua và vani; kết hợp cho đến khi mịn. Thêm hỗn hợp bột và trộn cho đến khi kết hợp. Để qua một bên.

d) Chia bơ giữa hai chảo gang 9 inch; tan chảy trên lửa vừa-thấp, khoảng 1 phút. Thêm ½ lượng đường nâu vào mỗi chảo; nấu cho đến khi bơ và đường bắt đầu sủi bọt, 2 đến 3 phút. Chia quả việt quất giữa hai chảo và bắc ra khỏi bếp.

e) Chia bột ngô giữa các chảo; đặt từng cái trên một cái chảo.

f) Nướng trong lò đã làm nóng trước cho đến khi một cây tăm cắm vào giữa rút ra sạch sẽ, từ 45 đến 50 phút.

g) Để nguội một chút, khoảng 15 phút. Chạy một con dao xung quanh các cạnh bên ngoài của mỗi chiếc bánh và úp ngược lên thớt để cắt.

87. Blueberry Boy Bait

THÀNH PHẦN:

- 2 chén bột báng
- 1 chén đường
- 2 muỗng cà phê bột nở
- ¼ muỗng cà phê muối
- ⅔ chén dầu thực vật
- 1 cốc sữa
- 124.trứng
- 2 chén quả việt quất, tươi hoặc đông lạnh
- 2 muỗng canh đường
- 1 thìa cà phê quế

HƯỚNG DẪN:

a) Làm nóng lò nướng ở nhiệt độ 350 độ và xịt chảo chống dính lên chảo nướng 9 × 13 inch.

b) Trong một tô trộn của máy trộn đứng tự do có gắn cánh trộn, trộn bột mì, đường, bột nở và muối với nhau.

c) Thêm dầu, sữa và trứng. Trộn trong 3 phút.

d) Đổ bột vào chảo đã chuẩn bị sẵn, rắc đều quả việt quất lên trên.

e) Trong một bát nhỏ, kết hợp 3 thìa canh đường và quế, sau đó rắc lên quả việt quất. Nướng 50 phút hoặc cho đến khi một cây tăm được đưa vào trung tâm sẽ sạch sẽ.

88. Berry Cobbler hỗn hợp với bánh quy đường

Thực hiện: 10 PHỤC VỤ

THÀNH PHẦN:

- Dầu thực vật, để bôi trơn
- 2 chén dâu tây tươi, thái lát
- 2 chén quả mâm xôi tươi
- 2 chén quả việt quất tươi
- 1 chén đường cát
- ¾ cốc nước
- 2 muỗng canh bơ không ướp muối
- 1 muỗng canh chiết xuất vani
- 3 muỗng canh bột bắp

ĐỐI VỚI BÁNH MÌ ĐẶT TRÊN BÁNH QUY:

- 2 chén bột báng
- ¼ chén đường cát
- 3 muỗng canh bột nở
- ½ muỗng cà phê muối kosher
- ¾ chén bơ sữa
- 5 muỗng canh bơ lạnh không ướp muối, cắt nhỏ
- 2 muỗng cà phê chiết xuất vani
- 2 muỗng canh bơ không muối tan chảy
- 2 muỗng canh đường thô

HƯỚNG DẪN:

a) Làm nóng lò ở nhiệt độ 375 độ F. Bôi mỡ nhẹ lên đĩa nướng 9 x 13 inch.

b) Trong một cái nồi lớn trên lửa vừa, kết hợp các loại quả mọng với đường, nước, bơ và vani. Khi bong bóng bắt đầu hình thành, hãy múc khoảng ¼ cốc chất lỏng ra khỏi nồi.

c) Trong một bát nhỏ, kết hợp ¼ cốc chất lỏng nóng với bột ngô và trộn cho đến khi không còn vón cục. Đổ lại hỗn hợp bột bắp vào nồi cùng với quả mọng và khuấy đều. Nấu cho đến khi mọi thứ đặc lại, sau đó đổ hỗn hợp trái cây vào đĩa nướng. Để qua một bên.

d) Đối với mặt bánh quy, trong một bát lớn, kết hợp bột mì, đường, bột nở và muối. Đánh đều cho đến khi kết hợp tốt. Thêm vào bơ sữa, bơ vụn và vani. Trộn các thành phần với nhau. Múc hỗn hợp bánh quy ra và đặt lên trên lớp nhân quả mọng.

e) Chải bánh quy với bơ tan chảy, sau đó rắc đường thô. Nướng trong lò, không đậy nắp, trong 30 đến 35 phút. Lấy ra khỏi lò và để nguội. Phục vụ có hoặc không có kem.

89. Bánh tart kem hạt dẻ

Làm cho: 1 khẩu phần

THÀNH PHẦN:

- ⅓ chén bột báng
- ½ muỗng cà phê muối
- 1 gói pho mát kem 8 ounce, làm mềm
- ¼ cốc sữa đặc có đường
- 2 muỗng canh Đường bột rây mịn
- 1 gói quả mâm xôi đông lạnh 16 ounce, rã đông và để ráo nước
- ½ chén đường cát
- 3 muỗng canh bột bắp
- ½ chén quả óc chó xay mịn
- 1½ cốc Đường bột đã rây
- 2 muỗng canh bơ hương vị ngắn
- ½ muỗng cà phê vani
- ½ chén shortening vị bơ
- 3 muỗng canh Nước đá
- 1 muỗng canh nước ép Yuzu tươi
- ¼ chén chip sô cô la trắng
- ¼ chén quả óc chó
- 2 muỗng canh xi-rô Boysenberry
- 1 muỗng cà phê Bơ hoặc bơ thực vật
- ½ muỗng cà phê nước ép Yuzu tươi
- ⅛ muỗng cà phê muối
- ½ muỗng cà phê hương liệu Bơ
- 4 muỗng canh kem tươi

HƯỚNG DẪN:

a) Để làm vỏ bánh: Làm nóng lò nướng ở nhiệt độ 425 độ. Kết hợp bột mì và muối trong một cái bát. Cắt ngắn bằng máy xay bánh ngọt hoặc 2 con dao cho đến khi tất cả bột được trộn đều để tạo thành những khối nhỏ bằng hạt đậu.

b) Rưới nước, mỗi lần 1 muỗng canh. Quăng nhẹ bằng nĩa cho đến khi bột sẽ tạo thành một quả bóng. Nhấn giữa hai bàn tay để tạo thành một "chiếc bánh kếp" có kích thước từ 5 đến 6 inch.

c) Bột bề mặt lăn và pin lăn nhẹ. Cán bột thành hình tròn. Cắt lớn hơn 1 inch so với khuôn bánh tart 9 inch úp ngược với các kích thước có thể tháo rời. Nới lỏng bột cẩn thận. Gấp làm tư. Bột tart chảo nhẹ.

d) Mở bột ra và ấn vào khuôn tart. Cắt cạnh ngay cả với đỉnh của vành. Dùng nĩa chọc kỹ đáy và các cạnh bằng nĩa 50 lần để tránh co rút.

e) Che mép bằng một lớp giấy bạc hai lớp để tránh bị quá nâu.

f) Nướng trong 10 đến 15 phút hoặc cho đến khi có màu nâu nhạt. Làm mát đến nhiệt độ phòng.

g) Để làm nhân pho mát kem: Trộn pho mát kem, sữa đặc, đường bột và nước ép Yuzu trong một cái bát. Đánh ở tốc độ thấp của máy trộn điện cho đến khi có dạng kem. Đặt vụn sô cô la trắng và các loại hạt vào tô chế biến thực phẩm. Xử lý cho đến khi thái nhỏ. Trộn vào hỗn hợp phô mai. Rải vào dưới cùng của vỏ bánh tart nướng nguội.

h) Để làm nhân trái cây: Cho dâu đen, đường, bột bắp và xi-rô mâm xôi vào một cái chảo vừa. Nấu và khuấy trên lửa vừa cho đến khi hỗn hợp đặc lại và trong. Loại bỏ nhiệt. Khuấy bơ, nước ép Yuzu và muối. Chuyển sang một cái bát. Làm mát đến nhiệt độ phòng. Thìa phủ đầy phô mai.

i) Để làm topping: Rắc các loại hạt lên trên trái cây theo kiểu lưới mắt cáo.

j) Để trang trí: Trộn đường bột, chất làm ngọt, vani, hương liệu bơ và 3 thìa kem vào một cái bát. Đánh cho đến khi mịn, thêm nhiều kem hơn nếu cần để có độ đặc mong muốn. Cho thìa vào túi trang trí có đầu mong muốn. Tạo thành một đường viền trang trí xung quanh các cạnh của tart.

k) Làm lạnh trong 1 đến 2 giờ. Tháo vành. Cắt thành các phần ăn.

l) Làm lạnh thức ăn thừa.

90. bánh Bột báng phương đông

Làm: 1 cái bánh

THÀNH PHẦN:

2 pound Bột báng lúa mì
2½ cốc đường
1 muỗng cà phê Bột nở
2 cốc Kem chua
2 ounce Margarine, làm mềm
4 cốc Đường
3 cốc Nước hoặc bơ
¾ chén nước
3 muỗng canh Tahini
½ chén hạt thông xắt nhỏ
10 giọt nước cốt chanh tươi

HƯỚNG DẪN:

a) Làm nóng lò ở 170 C (325 F).
b) Trong một bát lớn kết hợp Bột báng, đường, bột nở, kem chua và bơ thực vật. Dần dần thêm nước. Đánh bại cho đến khi thắng.
c) Dầu một chảo lò lớn. Trải chảo với tahini.
d) Đổ bột vào chảo, rắc đậu phộng hoặc hạt thông và nướng 45 phút hoặc cho đến khi vàng. Mát mẻ.
e) Làm xi-rô: trộn đường, nước và nước cốt chanh trong một cái xoong lớn có đáy nặng. Nấu trên lửa nhỏ trong 20 phút, cho đến khi đặc.
f) Cắt bánh thành các ô vuông 5 cm X 5 cm (2 inch X 2 inch) và đổ xi-rô nóng lên các ô vuông của bánh.
g) Phục vụ ngay lập tức hoặc ở nhiệt độ phòng.

91. Bánh ngọt Bột báng nhồi hạt, kiểu cyprus

Thực hiện: 30 phần ăn

THÀNH PHẦN:

- ¼ pound Bơ ngọt
- 1¼ chén bột báng mịn
- Nước hoa cam
- ¼ muỗng cà phê muối
- 3 muỗng canh Nước ấm (thêm nếu cần)
- 1 chén quả hồ trăn không muối xắt nhỏ
- 4½ muỗng canh Đường cát
- 1 muỗng canh bột quế
- đường bánh kẹo

HƯỚNG DẪN:

a) Trong một cái chảo nhỏ, nặng, đun sôi bơ trên lửa vừa và cho bột báng mịn vào khuấy đều. Chuyển sang một cái bát nhỏ, đậy nắp và để qua đêm ở nhiệt độ phòng.
b) Ngày hôm sau, mở ra và thêm 2 thìa cà phê nước hoa cam, muối và dần dần nước ấm, dùng ngón tay nhào nặn để tạo thành một khối bột đặc.
c) Nhào trong 5 phút, sau đó đậy nắp và để yên trong 1 giờ. Trong khi đó, kết hợp quả hồ trăn, đường và quế xay trong một bát nhỏ.
d) Phá vỡ các miếng bột có kích thước lớn hơn một chút so với quả óc chó.
e) Làm việc trong các ngón tay của bạn để tạo thành một quả bóng. Dùng ngón tay cái ấn vào giữa để tạo thành một cái giếng lớn và đổ 1 thìa cà phê hỗn hợp hạt vào, sau đó phủ bột lên trên và nặn thành hình bầu dục. Đặt trên một tấm cookie và tiếp tục cho đến khi tất cả các loại bánh ngọt được định hình. Nướng trong lò nướng vừa phải (350 F) trong 30 đến 35 phút hoặc cho đến khi màu vàng chuyển sang màu hạt dẻ nhạt, không đậm.
f) Lấy ra giá để nguội trong 10 phút, sau đó nhúng nhanh vào nước hoa cam và lăn qua đường bánh kẹo. Làm mát trước khi lưu trữ.

92. Bột báng custard với nước sốt rum-raisin

Làm cho: 1 phần ăn

THÀNH PHẦN:

- 2 chén Chần; hạnh nhân cắt lát
- 1 lít nước
- 1 muỗng cà phê chiết xuất hạnh nhân
- ½ cốc mảnh thạch
- 1 cái ly; cộng với 2 muỗng canh
- ; xi-rô phong
- 1 quả vani; tách ra
- ½ muỗng cà phê muối
- 7 muỗng canh Bột báng
- 1½ cốc nước
- 2¼ cốc nước quả mơ
- 2 thìa rượu Rum; (không bắt buộc)
- ⅔ cốc nho khô Sultanas hoặc Thompson
- 1 muỗng canh dong riềng
- ½ cốc nướng; hạnh nhân thái lát, để trang trí

HƯỚNG DẪN:

a) Trong máy xay sinh tố kết hợp hạnh nhân và 1 lít nước. Xay đến khi mịn.

b) Lọc qua hai lớp vải thưa ẩm và vắt lấy 1 lít sữa hạnh nhân. Đổ sữa vào chảo nước sốt 3 lít. Thêm mảnh thạch, chiết xuất hạnh nhân và xi-rô cây thích. Tách quả vani và nạo hạt cho vào sữa. Trên lửa vừa, đun sôi sữa hạnh nhân rồi hạ nhỏ lửa và đánh liên tục trong 2 đến 3 phút hoặc cho đến khi các mảnh thạch tan hết.

c) Trong một cái chảo thứ hai, kết hợp bột Bột báng và 1½ cốc nước lạnh.

d) Trên ngọn lửa lớn đánh liên tục cho đến khi hỗn hợp đặc lại. Tắt lửa và thêm vào sữa hạnh nhân. Khuấy để kết hợp. Đổ mãng cầu vào chảo 2 lít và để trong tủ lạnh cho đến khi đông lại (khoảng 30 phút). Trong khi mãng cầu đông lại: cho nước trái cây, rượu rum và nho khô vào nồi đun nhỏ lửa trong 10 phút.

e) Tạo hỗn hợp sền sệt từ ¼ cốc nước ép lạnh và dong riềng. Khuấy hỗn hợp này vào nước sốt và nấu trong 1 đến 2 phút cho đến khi nước sốt đặc lại. xay nhuyễn sữa trứng trong máy xay thực phẩm cho đến khi thành kem.

f) Phục vụ: xếp lớp sữa trứng, hạnh nhân nướng và sốt nho khô trong ly rượu vang và dùng nóng hoặc lạnh.

93. bánh bột báng

Làm cho: 6 phần ăn

THÀNH PHẦN:

- 4½ cốc sữa
- 1 chén đường
- 1 nhúm muối
- 1 quả vani; tách ra
- 1½ chén bột báng
- 4 ounce bơ không ướp muối
- 1 quả mâm xôi
- 1 chén kem ngọt
- 6 nhánh bạc hà

HƯỚNG DẪN:

a) Làm nóng lò ở 400 độ. Đun sôi sữa, đường, muối và đậu vani. Sử dụng máy đánh trứng, trộn Bột báng và bơ. Đổ vào đĩa nướng 1½ lít. Che và nướng trong 40 phút. Trang trí với quả mọng, kem và bạc hà.

94. Bột báng với táo và caramel

Làm cho: 4 phần ăn

THÀNH PHẦN:

- 125 gram bột báng
- ¾ lít sữa
- 80 gram Bơ
- 300 gam Đường
- 2 quả táo

HƯỚNG DẪN:

a) Gọt vỏ và cắt táo làm đôi. Loại bỏ lõi và hạt bằng một con dao nhọn. Đun chảy 40 g bơ trong chảo và nấu táo trong 10 phút ở nhiệt độ thấp. Khi chúng được nấu chín, sắp xếp chúng vào một cái đĩa và đặt sang một bên.

b) Cho 250 g đường vào nồi sữa đun sôi, khuấy liên tục. Thêm Bột báng dần dần, khuấy bằng thìa gỗ để tránh vón cục. Thêm 30 g bơ thành từng miếng nhỏ và nấu thêm 5 phút nữa.

c) Đổ bột báng vẫn còn khá lỏng lên táo và để nguội.

d) Làm nước sốt caramel bằng cách đun chảy 50 g đường và 1 thìa canh nước trong một cái chảo nhỏ, nấu cho đến khi hỗn hợp sẫm màu. Đổ caramel lên bột báng đã nguội, dùng nĩa tạo một vài vòng xoáy trong đó và dùng.

95. Bánh Bột báng ngọt với xi-rô chanh)

Làm cho: 1 tấm phẳng 8x12

THÀNH PHẦN:

- 1½ cốc nước
- 1 chén đường
- 12 muỗng canh Bơ; không ướp muối, tan chảy và làm mát
- 3 chén Bột báng, màu vàng
- 3 cốc Đường
- 2 muỗng canh nước cốt chanh, tươi
- ¼ muỗng cà phê Nước hoa hồng, đóng chai
- ¾ cốc Nước lạnh
- 20 hạnh nhân chần, chẻ đôi theo chiều dọc

HƯỚNG DẪN:

a) Đầu tiên chuẩn bị xi-rô theo cách sau: kết hợp 1 « cốc nước, 1 cốc đường và nước cốt chanh trong một cái chảo nhỏ.

b) Khuấy liên tục, nấu trên lửa vừa phải cho đến khi đường tan. Tăng nhiệt độ lên cao và nấu nhanh, không đậy nắp và không quấy rầy, trong 5 phút (tính từ thời điểm xi-rô sôi) hoặc cho đến khi xi-rô đạt đến nhiệt độ 220 độ (F) trên nhiệt kế kẹo. Lấy chảo ra khỏi bếp, cho nước hoa hồng vào khuấy đều và để xi-rô sang một bên để nguội.

c) Trong khi đó nướng bánh. Làm nóng lò ở nhiệt độ 350. Dùng chổi quét bánh ngọt, phủ 1 thìa bơ tan chảy lên đáy và các mặt của chảo nướng 8 x 12 inch.

d) Trong một bát trộn sâu, khuấy Bột báng và 3 chén đường với nhau cho đến khi kết hợp hoàn toàn. Khuấy liên tục, đổ vào ¾ cốc nước, mỗi lần vài thìa, chỉ dùng đủ để làm ẩm tất cả bột báng. Khi hỗn hợp trở nên quá khó khuấy, hãy dùng tay nhúng vào nước. Sau đó, thêm 8 muỗng canh (« cốc) bơ tan chảy, mỗi lần một muỗng canh và đánh bằng thìa lớn cho đến khi bơ được hấp thụ.

e) Đổ bột vào chảo nướng và dùng thìa kim loại hoặc mặt sau của thìa dàn đều vào các góc của chảo.

f) sau đó dùng một con dao sắc và thước kẻ, vạch bề mặt thành những viên kim cương bằng cách tạo các đường song song cách nhau khoảng 2 inch và sâu « inch, sau đó cắt chéo chúng để tạo thành các hình kim cương. Nhẹ nhàng ấn nửa quả hạnh nhân vào giữa mỗi viên kim cương. Phết 3 muỗng canh bơ đun chảy lên mặt bánh và nướng ở ngăn giữa của lò trong 1 giờ hoặc cho đến khi bánh cứng lại khi chạm vào và mặt trên có màu vàng nâu đẹp mắt.

g) Lấy bánh ra khỏi lò và ngay lập tức rắc xi-rô lên trên, một hoặc hai muỗng canh mỗi lần. Chỉ sử dụng lượng xi-rô vừa đủ để bánh dễ thấm; nó phải mềm nhưng không sũng nước. Để bánh nguội đến nhiệt độ phòng trước khi ăn.

96. Bột báng & váng sữa

Thực hiện: 1 Khẩu phần

THÀNH PHẦN:

- 125 gram hạt điều
- 3 thảo quả
- 75 gram ghee
- 12 5 g sultan
- 250 gram bột báng
- 250ml Sữa
- 125 gam Đường
- 3 muỗng cà phê Nước hoa hồng
- ½ muỗng cà phê tinh chất hoa hồng

HƯỚNG DẪN:

a) Xắt nhỏ hạt điều và nghiền nát thảo quả. Đun nóng ghee và chiên hạt điều cho đến khi có màu vàng nâu. Xả và loại bỏ. Chiên sultan trong cùng một loại dầu, để ráo nước và vớt ra.
b) Cho bột báng vào chảo và rang trên lửa vừa phải cho đến khi có màu vàng nâu. Đun nóng sữa trong một cái chảo khác, thêm đường và khi nó đã tan, đổ lên bột báng.
c) Nấu cho đến khi chất lỏng được hấp thụ, trộn đều và thêm hạt điều, bạch đậu khấu, sultan, nước hoa hồng và tinh chất hoa hồng. Khuấy đều.

97. Halva (kẹo bột báng)

Số lượng: 60 viên kẹo

THÀNH PHẦN:

- 1 chén dầu Olive
- 3 chén bột báng
- 2 cốc Đường
- 3 ly Sữa; kết hợp với 1 cốc nước

HƯỚNG DẪN:

a) Trong chảo nặng từ 10 đến 12 inch, đun nóng dầu ở nhiệt độ vừa phải cho đến khi có lớp sương mù nhẹ hình thành bên trên.

b) Đổ Bột báng vào một dòng chậm, mỏng, khuấy liên tục.

c) Giảm nhiệt xuống thấp và thỉnh thoảng khuấy, đun nhỏ lửa trong 20 phút hoặc cho đến khi tất cả dầu đã được hấp thụ hết và bột chuyển sang màu vàng nhạt.

d) Thêm đường và sau đó khuấy dần trong hỗn hợp sữa và nước.

e) Tiếp tục nấu thêm khoảng 10 phút nữa, khuấy liên tục cho đến khi hỗn hợp đủ đặc để giữ được hình dạng gần như đặc trong thìa.

f) Theo dõi bất kỳ dấu hiệu cháy nào và điều chỉnh nhiệt cho phù hợp.

g) Đổ halva vào đĩa nướng có kích thước 6 x 10 x 2 inch không bôi mỡ, dàn đều và làm phẳng mặt trên bằng thìa kim loại hoặc mặt sau của thìa.

h) Làm mát cho đến khi chắc chắn. Ngay trước khi phục vụ, cắt halva thành hình vuông 1 inch.

98. Bột báng budino với quả mọng

Làm cho: 1 phần ăn

THÀNH PHẦN:

- 4 Lòng đỏ trứng
- ¾ cốc Đường
- ½ muỗng cà phê chiết xuất vani
- 4 ounce bơ tan chảy
- ¾ cốc Sữa
- ¼ chén bột báng
- ⅓ chén Bột làm bánh
- 4 Lòng trắng trứng
- 1 muỗng canh Đường
- 1 cốc quả mọng;
- 1 lít quả mâm xôi; quả việt quất, dâu tây
- 3 muỗng canh Nước
- 2 muỗng canh Đường

HƯỚNG DẪN:

a) Làm nóng lò ở 325 độ.

b) Thêm lòng đỏ trứng và đường vào bát của máy xay thực phẩm, và sử dụng phụ kiện mái chèo đánh cho đến khi các dải ruy băng bắt đầu hình thành. Tại thời điểm này, thêm vani bơ và sữa.

c) Rây Bột báng và bột bánh với nhau và đánh vào hỗn hợp trứng.

d) Trong một bát riêng, đánh lòng trắng trứng và đường với nhau cho đến khi tạo thành các đỉnh mềm vừa phải.

e) Gấp lòng trắng thành bột và đổ vào ramekins có đường. Bọc bằng giấy nhôm.

f) Nướng trong bồn nước cho đến khi đông lại. Phục vụ hơi ấm với kem đánh bông và quả mọng.

BERRY COMPOTE:

g) Trong một cái chảo vừa trên lửa vừa, nấu quả mọng trong nước với đường cho đến khi chúng mềm. Thư giãn và phục vụ trên Budino.

99. Bột báng nghệ tây & quả hồ trăn helva

Thực hiện: 6 phần ăn

THÀNH PHẦN:

- ½ muỗng cà phê sợi nghệ tây
- 2 muỗng canh Sữa nóng
- ⅓ chén quả hồ trăn không muối đã bóc vỏ
- 9 muỗng canh Bơ không ướp muối
- 1 cốc + 2 đến 4 tb đường
- 2 ly Sữa
- 1 chén bột báng

HƯỚNG DẪN:

a) Ngâm nghệ tây trong sữa nóng ít nhất 30 phút. Làm nóng chảo rán nặng và nướng quả hồ trăn với 1 thìa bơ trong 2 phút, cho đến khi chúng được nướng nhẹ nhưng vẫn còn xanh. Loại bỏ càng nhiều da càng tốt khỏi chúng và đặt sang một bên.

b) Hòa tan đường trong sữa trên lửa nhỏ và giữ cho hỗn hợp nóng. Đun chảy phần bơ còn lại trong một cái chảo nặng, thêm Bột báng và nấu, khuấy đều, trên lửa nhỏ trong khoảng 8 đến 10 phút.

c) Khuấy sữa nghệ tây vào sữa có đường nóng và thêm vào bột báng, nấu, khuấy mạnh. Lấy helva ra khỏi lửa, đậy nắp và để yên ở nơi ấm áp trong 15 phút.

d) Gấp quả hồ trăn vào và phục vụ trong bát khi còn ấm hoặc ở nhiệt độ phòng.

100. Pudding bột báng Hy Lạp

Làm cho: 4 phần ăn

THÀNH PHẦN

- 3 ly sữa nguyên chất
- 1 cốc (240g) đường hạt
- 1/4 cốc (40g) bột báng mịn
- 1 muỗng canh bột bắp
- 2 quả trứng
- 1 lòng đỏ trứng gà
- 1/4 muỗng cà phê muối
- 2 muỗng cà phê chiết xuất vani nguyên chất
- 1 muỗng canh bơ
- tùy chọn: 1 muỗng canh nước hoa cam hoặc nước hoa hồng
- Trình bày:
- quả hồ trăn xắt nhỏ
- anh đào maraschino

HƯỚNG DẪN

a) Cho sữa, muối và một nửa đường vào nồi. Đặt trên lửa vừa và nấu cho đến khi hơi nóng.

b) Trong một bát trộn, kết hợp trứng, bột ngô và đường còn lại và đánh đều cho đến khi mịn.

c) Làm nóng hỗn hợp trứng bằng cách từ từ thêm sữa nóng vào hỗn hợp trứng trong khi đánh cùng nhau.

d) Đổ lại hỗn hợp vào nồi và vặn lửa vừa. Nấu sẽ khuấy liên tục cho đến khi sôi và đủ đặc để phủ lên mặt sau của thìa.

e) Lấy chảo ra khỏi bếp và thêm bơ, vani và nước hoa cam. Đánh đều với nhau cho đến khi mịn.

f) Chia bánh pudding vào cốc hoặc bát phục vụ và để nguội hoàn toàn.

g) Trang trí với quả hồ trăn xắt nhỏ và một quả anh đào maraschino ở giữa mỗi cốc bánh pudding.

PHẦN KẾT LUẬN

Chúng tôi hy vọng bạn thích chuyến hành trình khám phá thế giới các món ăn làm từ bột báng này. Cho dù bạn là một đầu bếp dày dạn kinh nghiệm hay một người mới bắt đầu vào bếp, chúng tôi tin rằng bạn sẽ tìm thấy điều gì đó yêu thích trong cuốn sách dạy nấu ăn này. Với 100 công thức nấu ăn ngon cùng nhiều mẹo và thủ thuật, bạn sẽ có thể chế biến một món ăn làm từ bột báng cho bất kỳ dịp nào.

Bột báng là một nguyên liệu linh hoạt có thể được sử dụng trong cả món ngọt và món mặn, khiến nó trở thành một bổ sung tuyệt vời cho bất kỳ phòng đựng thức ăn nào. Từ những bát kem Polenta dễ chịu đến món salad couscous lạ miệng, không có giới hạn nào cho những gì bạn có thể tạo ra với Bột báng. Vậy tại sao không thử một cái gì đó mới và mở rộng chân trời ẩm thực của bạn? Chúng tôi đảm bảo rằng Bột báng Cookbook sẽ không làm bạn thất vọng!

www.ingramcontent.com/pod-product-compliance
Lightning Source LLC
LaVergne TN
LVHW011011061026
849535LV00006B/1817
9781835004869